GAWANG BAHAY PANNA COTTA MGA RESEPE

Mga Masarap at Creamy na Mga Resepe para sa Pinakamahusay Italyano Panghimagas.
100 Recipe para Masiyahan ang Iyong Matamis na Ngipin

David Jimenez

Copyright Material ©2024

Lahat ng Karapatan ay Nakalaan

Walang bahagi ng aklat na ito ang maaaring gamitin o ipadala sa anumang anyo o sa anumang paraan nang walang wastong nakasulat na pahintulot ng publisher at may-ari ng copyright, maliban sa mga maikling sipi na ginamit sa isang pagsusuri. Ang aklat na ito ay hindi dapat ituring na kapalit ng medikal, legal, o iba pang propesyonal na payo.

Sommario
PANIMULA 6
1. Simpleng Panna Cotta 7
FRUITY PANNA COTTA 10
2. Vanilla Strawberry panna cotta 11
3. Lemon Panna Cotta 13
4. Strawberry Panna Cotta 16
5. Buttermilk panna cotta na may lemon jelly 18
6. Berry Gel Panna Cotta 21
7. Raspberry Gelee Panna Cotta 25
8. Yuzu Panna Cotta 28
9. Orange Syrup Panna Cotta na may 30
10. Blackberry Honey Panna Cotta 33
11. Coconut Panna Cotta With Passion Fruit 35
12. Gingerbread Cranberry Panna Cotta Cake 39
13. Pomegranate Panna Cotta 42
14. Susi Lime Panna Cotta 44
15. Dugo Orange Panna Cotta 46
16. Apricots at Honey Panna Cotta 48
17. Creme Fraiche Panna Cotta na may mga blackberry 50
18. Panna Cotta at Mango Mousse Domes 52
19. Mango Panna Cotta 55
20. Coconut Water Panna Cotta na may Saffron 57
21. Vanilla panna cotta with blackberry sauce 59
22. Orange Panna Cotta at Orange Jelly 61
23. Strawberry panna cotta na may caramelized na mani 64
24. Strawberry at kiwi panna cotta 66
25. Buttermilk Panna Cotta na may Citrus Sauce 68
26. Plum panna cotta 70
27. Mango Panna Cotta na may palamuting Spun Sugar 73
28. Coconut panna cotta na may pineapple glaze 76
29. Tricolor Panna Cotta Delight 78
30. Mango Lassi Panna Cotta 81
31. Gatas ng niyog at Orange Panna Cotta 83
32. Pomegranate panna cotta 85
33. Berde At Puting Panna Cotta 87
34. Greek Yogurt Panna Cotta na may Date Purée 89
35. Pakwan panna cotta 92
36. Mango lychee panna cotta 94
37. Persimmon panna cotta 96
38. Custard at Pakwan Panna cotta 98

39. Pear Compote in Jelly With Panna Cotta 100

CHOCOLATE, BUTTERSCOTCH AT CARAMEL 103
40. Panna cotta na may caramel sauce 104
41. Chocolate Panna Cotta 107
42. Walang itlog na Chocolate Panna Cotta na walang Cream 109
43. Ferrero Rocher Panna Cotta 111
44. Butterscotch Panna cotta sa biscuit tart 113
45. Italian Panna Cotta with Lindt dark chocolate 116
46. White Chocolate Panna Cotta 118
47. White chocolate panna Cotta with blueberry sauce 120
48. Panna Cotta With Butterscotch Sauce 122

KAPE AT TSA 125
49. Bubble Milk Tea Panna Cotta 126
50. Kape ng Panna Cotta na may Kahlúa 130
51. Mocha Panna Cotta 132
52. Espresso panna cotta 134
53. Italian coffee panna cotta dessert 136
54. Tea Panna Cotta 138

CEREAL PANNA COTTA 140
55. Cereal milk panna cotta 141
56. Cereal Panna Cotta 143
57. Kanin Panna cotta 146

CHEESY PANNA COTTA 148
58. Mascarpone panna cotta 149
59. Buttermilk Goat Cheese Panna Cotta with Figs 151
60. Tiramisu Panna Cotta 154
61. Blue cheese panna cotta na may peras 157
62. Creamy Cream na Keso Panna Cotta 159

NUTTY PANNA COTTA 161
63. Almond Panna Cotta na may Mocha Sauce 162
64. Cappuccino Panna Cotta na may Hazelnut Syrup 164
65. Pistachio Panna Cotta 167
66. Roasted Rhubarb at Pistachio Panna Cotta 169
67. Gata ng Niyog at Nut Panna Cotta 171

MAANGANG PANNA COTTA 173
68. Cardamom-Coconut Panna Cotta 174
69. Cinnamon Panna Cotta na may Spicy Fruit Compote 177
70. Cardamom at Blood Orange Panna Cotta 181
71. Jaggery at Coconut Panna Cotta 184
72. Cardamom-honey Yoghurt Panna cotta 186

HERBED PANNA COTTA **188**
73. Matcha Panna Cotta 189
74. Lemongrass Basil Seeds Pannacotta With Jamun Sauce 191
75. Basil Panna Cotta with Rosé-Poached Apricots 194
76. Pistachio at Basil Panna Cotta 197
77. Saffron Pistachio Panna Cotta 199

FLORAL PANNA COTTA **201**
78. Elderflower panna cotta na may mga strawberry 202
79. Lavender Panna Cotta na may Lemon Syrup 205
80. Butterfly Pea Infused Panna Cotta 208
81. Vanilla Coconut Panna Cotta With Hibiscus Berry Sauce 210
82. Blueberry at Lilac Syrup Panna Cotta 213
83. Honey Chamomile Panna Cotta 218
84. Rose yogurt panna cotta 220
85. Gulab Panna Cotta 222
86. Ginger Rose panna-cotta 225

BOOZY PANNA COTTA **227**
87. Champagne panna cotta sa maliliit na tasa na nilagyan ng mga berry
.... 228
88. Bourbon Poached Pear Panna Cotta 231
89. Boozy Eggnog Panna Cotta 234
90. Baileys Panna Cotta 236
91. Coconut Panna Cotta With Malibu Rum 238
92. Pina Colada Panna Cotta with Lime and Pineapple 240
93. Cognac Panna cotta 243
94. Coconut Panna Cotta na may Blackberry, Thyme at Sloe Gin 245
95. Peach Vanilla Bean Panna Cotta na may Rum Whipped Cream .. 248
96. Lime Infused Berry Panna Cotta with berries at fizz 251
97. Earl Grey Panna Cotta 253
98. Azuki Panna Cotta 255
99. Pumpkin Rum Panna Cotta 257
100. Black Sesame Panna Cotta 259

KONKLUSYON **262**

PANIMULA

Isa sa mga pinakakilala at madalas na hinihiling na dessert, ang panna cotta - literal na "lutong cream" - nagmula sa Piedmont at gawa sa cream at asukal. Mayroong iba't ibang mga bersyon at pampalasa. Ang pinong tamis nito, makinis na pagkakahabi at ang eleganteng paraan ng pagkaka-plate nito ay ginagawa itong perpektong treat sa pagtatapos ng pagkain.

Upang maghanda ng panna cotta, ang napaka-sariwang cream ay pinainit ng asukal, pagkatapos ay isinglass, na ibinabad at piniga, ay idinagdag. Ang huling sangkap na ito ay ginagamit upang bigyan ang dessert ng malambot at gelatinous consistency. Ang halo ay pinahihintulutang lumamig nang hindi bababa sa anim na oras sa refrigerator bago ihain.

Isang tampok ng halos lahat ng menu ng dessert sa Italy, ang panna cotta ay isa sa mga pinakasikat na dessert na kinakain gamit ang isang kutsara. Ang ilang mga uri ay may lasa ng kape, ang ilan ay may lavender, o marahil almond, rosemary o karamelo; at palagi silang dinadala sa mesa na may mga maiinit na sarsa batay sa mga berry, tsokolate, cream o karamelo.

1. Simpleng Panna Cotta

Nagsisilbi 6

MGA INGREDIENTS:
- 3 kutsarang malamig na tubig
- ¼ onsa (1 pakete) may pulbos na gulaman
- 1 quart mabigat na cream
- ½ tasa ng butil na asukal
- ⅛ kutsarita ng kosher na asin
- 1 vanilla bean, nahati, mga buto na nasimot, nakareserba ang pod

MGA TAGUBILIN:

a) Pamumulaklak ng gulaman. Ilagay ang tubig sa isang maliit na mangkok at malumanay na pukawin ang gelatin; hayaang tumayo ng 5 minuto (malakapal ito at magmumukhang mansanas).

b) Gawin ang base. Sa isang makapal na ilalim na kasirola sa medium-low, dalhin ang cream, asukal, asin, vanilla seeds, at vanilla bean pod sa kumulo, paminsan-minsang kumulo. Kapag kumulo, alisin sa apoy. Idagdag ang namumulaklak na gulaman. Patuloy na paghaluin ng 1 hanggang 2 minuto, hanggang sa matunaw ang gelatin at ganap na maisama.

c) Palamigin ang base. Punan ang isang malaking mangkok ng yelo at tubig. Maglagay ng fine-mesh strainer sa isang medium heatproof na mangkok. Salain ang cream sa pamamagitan ng strainer. Ilagay ang bowl sa ice bath at palamig, hinahalo gamit ang rubber spatula tuwing 5 minuto, hanggang sa ang instant-read na thermometer na ipinasok sa cream ay magrerehistro ng 60°F.

d) Ibuhos ang panna cotta. Pantay-pantay na hatiin ang cream sa 6 (6-onsa) na ramekin. (Gumamit ng spatula para kaskasin ang mga gilid ng mangkok upang matiyak na ang lahat ng cream ay ginagamit.) Dahan-dahang balutin ang bawat ramekin ng plastic wrap at palamigin sa loob ng 12 hanggang 16 na oras.

e) Alisin ang hulma ng panna cotta. Sa susunod na araw, maingat na magpatakbo ng offset spatula o paring knife sa gilid ng ramekin. Punan ang isang mangkok ng maligamgam na tubig. Hawakan ang bawat base ng ramekin sa maligamgam na tubig sa loob ng 5 segundo. Baligtarin ang bawat panna cotta sa isang plato at ihain.

FRUITY PANNA COTTA

2. Vanilla Strawberry panna cotta

Gumagawa: 4 Servings

MGA INGREDIENTS:
- 2 tasang Cream
- ¼ tasa ng Asukal, kasama ang 3 Kutsara
- 2 Vanilla beans - parehong nahati sa kalahati, ang mga buto ay nasimot mula sa isa
- ½ kutsarita ng vanilla paste
- 1 kutsarang mantika
- 2 kutsarita May pulbos na gelatin na hinaluan ng ½ tasa ng malamig na tubig
- 125 g Punnet strawberry
- ½ tasang pulang alak

MGA TAGUBILIN:
a) Dahan-dahang initin ang cream at ½ tasa ng asukal sa isang palayok hanggang sa matunaw ang lahat ng asukal. Alisin mula sa init at pukawin ang vanilla extract at 1 vanilla bean kasama ang mga buto na nasimot mula dito.
b) Iwiwisik ang gelatin sa malamig na tubig sa isang malaking mangkok at malumanay na pagsamahin.
c) Ibuhos ang pinainit na cream sa gelatin at pagsamahin nang lubusan hanggang sa matunaw ang gulaman. Salain ang halo sa pamamagitan ng isang salaan.
d) Hatiin ang pinaghalong sa pagitan ng mga greased bowl at palamigin hanggang itakda. Karaniwang aabutin ito ng hanggang 3 oras.
e) Sa isang kaldero init ang red wine, 6 na kutsara ng asukal, at ang natitirang vanilla bean hanggang kumulo.
f) Banlawan, hull, at hiwain ang mga strawberry at idagdag sa syrup, pagkatapos ay sandok ang inilabas na panna cotta.

3. Lemon Panna Cotta

Gumagawa: 6

MGA INGREDIENTS:
- 1 sobre ng Agar Powder
- 2 tasa ng Plant-based Marijuana Milk
- 2 kutsarang cashew cream
- ½ tasa ng asukal
- 2 kutsarita ng purong vanilla extract
- 2 ¼ tasa ng soy yogurt
- 2 kutsarita ng lemon juice

PARA SA FRUIT TOPPING:
- 1 tasa ng raspberry, pula at ginintuang
- 2 tasa ng halo-halong strawberry o blueberries
- 2 peach, binalatan, hiniwa ng manipis
- 2 kutsarita ng canna sugar
- 1 onsa ng Vodka
- 1 onsa ng Campari
- 1 kutsara ng lemon zest

MGA TAGUBILIN:

a) Sa isang mangkok, iwisik ang buong pakete ng Agar Powder sa 2 kutsarang cashew cream . Hayaang lumambot ito ng 5 minuto.

b) Sa isang kasirola sa mababang init, pagsamahin ang plant-based na Marijuana Milk, asukal, at banilya.

c) Dalhin ang pinaghalong sa mababang kumulo sa loob ng ilang minuto bago patayin ang apoy.

d) Sa isang kasirola, haluin ang Agar Powder at cream mixture hanggang sa ganap na matunaw. Sa isang medium mixing bowl , haluin ang soy yogurt hanggang makinis.

e) Isama ang kumbinasyon ng Marijuana Milk at lemon juice sa yogurt nang paunti-unti.

f) Hatiin ang halo sa anim na maliliit na ramekin. Palamigin ito sa loob ng 4 na oras o hanggang sa ito ay matuyo.

g) Para gawin ang topping, pagsamahin ang prutas, Vector Vodka, Cannabis Campari, asukal, at lemon zest sa isang mixing bowl.

h) Itabi nang hindi bababa sa 20 minuto sa refrigerator.

i) Patakbuhin ang isang matalim na kutsilyo sa paligid ng mga gilid ng ramekin upang alisin ang Panna Cotta, pagkatapos ay i-flip ang ramekin sa isang ulam.

j) Ihain kasama ang pinaghalong prutas sa itaas.

4. Strawberry Panna Cotta

Gumagawa: 6

MGA INGREDIENTS:
- ⅓ tasa ng gatas
- 1 pakete na walang lasa ng gulaman
- 2 ½ tasang mabigat na cream
- ¼ tasa ng asukal
- ¾ tasa ng hiniwang strawberry
- 3 kutsarang brown sugar
- 3 kutsarang brandy

MGA TAGUBILIN:
a) Pagsamahin ang gatas at gulaman hanggang sa ganap na matunaw ang gulaman. Alisin sa equation.
b) Sa isang maliit na kasirola, pakuluan ang mabigat na cream at asukal.
c) Isama ang gelatin mixture sa mabigat na cream at whisk sa loob ng 1 minuto.
d) Hatiin ang timpla sa 5 ramekin.
e) Maglagay ng plastic wrap sa ibabaw ng ramekin. Pagkatapos nito, palamigin ng 6 na oras.
f) Sa isang mixing bowl, pagsamahin ang mga strawberry, brown sugar, at brandy; palamigin nang hindi bababa sa 1 oras.
g) Ilagay ang mga strawberry sa ibabaw ng panna cotta.

5. Buttermilk panna cotta na may lemon jelly

Gumagawa: 4 na servings

MGA INGREDIENTS:
PARA SA PANNA COTTA:
- 2 tasang mantikilya
- 1½ kutsarita May pulbos na gulaman na walang lasa
- ⅔ tasa ng makapal na cream
- ½ tasang Asukal

PARA kay JELLY:
- ½ tasa sariwang lemon juice
- ½ pack May pulbos na gulaman na walang lasa
- ¼ tasa ng Asukal

MGA TAGUBILIN:
GUMAWA NG PANNA COTTA:
a) Ibuhos ang 1 tasa ng buttermilk sa tuktok ng double boiler.
b) Budburan ng gelatin ang buttermilk, hayaang lumambot, mga 5 minuto.
c) Samantala, sa isang maliit na kasirola, dalhin ang cream at kaunting ½ tasa ng asukal sa pigsa. Magdagdag ng cream mixture sa gelatin mixture; ilagay sa kumukulong tubig; haluin hanggang matunaw ang gelatin, mga 5 minuto.
d) Haluin ang natitirang tasa ng buttermilk. Ipasa ang halo sa pamamagitan ng cheesecloth-lined strainer. Hatiin sa anim na 4-onsa na ramekin o maliliit na mangkok sa isang baking sheet. Takpan; palamigin hanggang itakda, mga 4 na oras.

GUMAWA NG JELLY:
e) Ilagay ang ¼ tasa ng lemon juice sa isang mixing bowl. Iwiwisik ang gelatin sa lemon juice at hayaang lumambot, mga 5 minuto.
f) Sa isang maliit na kawali, pakuluan ang asukal at 1 tasa ng tubig sa sobrang init. Ibuhos ang syrup sa pinaghalong gelatin, palis upang matunaw. Idagdag ang natitirang ¼ tasa ng lemon juice. Pahintulutan ang pinaghalong bumalik sa temperatura ng silid.
g) Kapag naayos na ang buttermilk panna cotta, magbuhos ng ¼-inch-thin layer ng lemon jelly sa ibabaw ng bawat ramekin.
h) Palamigin hanggang itakda, mga 30 minuto. Ang panna cotta ramekin ay maaaring ihanda hanggang 24 na oras nang maaga, sakop at palamigin. Ihain ang pinalamig at palamutihan ng lemon sorbet at crispy cookies.

6. Berry Gel Panna Cotta

Gumagawa: 6

MGA INGREDIENTS:
BLOOMING GELATIN
- 1 paketeng may pulbos na Knox gelatin
- 3 kutsarang tubig kung gumagamit ng powdered gelatin

PANNA COTTA
- 1 ½ tasa kalahati at kalahati o 3% na gatas
- ¼ tasang pulot
- Mapagbigay na kurot ng asin sa dagat
- 1 tbsp vanilla bean paste o vanilla extract o vanilla caviar na na-scrap mula sa 1 vanilla bean pod
- 1 ½ tasang mabigat na cream / whipping cream

BERRY FLUID GEL
- 200 g berries
- 3 kutsarang pulot
- ½ kutsarang lemon juice
- Kurot ng asin
- ½ tsp powdered gelatin 1 gintong gelatin sheet

MGA TAGUBILIN:
BLOOM ANG GELATIN
a) Ibuhos ang tubig sa isang maliit na mangkok. Iwiwisik ang pulbos na gulaman sa ibabaw ng tubig, at haluing mabuti. Itabi hanggang maabsorb ng gulaman ang tubig.
b) Kung gumagamit ng gelatin sheet, hatiin ang gelatin sheet sa kalahati. Punan ang isang maliit na mangkok ng malamig na tubig sa gripo at ilubog ang mga gelatin sheet sa tubig. Itabi ng hindi bababa sa 10 minuto hanggang lumambot ang gelatin. Bago gamitin ang mga gelatin sheet, alisin ang mga ito mula sa mangkok ng tubig at pisilin ang labis na tubig.

PANNA COTTA
c) Ilagay ang kalahati at kalahati sa isang maliit na kasirola, kasama ang pulot, asin, at banilya.

d) Painitin sa katamtamang init at haluin ang timpla habang ito ay umiinit. Siguraduhing matunaw ang asin at pulot at ihalo sa base. HUWAG hayaang kumulo ang timpla.
e) Kapag umuusok na ang kalahati at kalahating base ng gatas, alisin ito sa apoy.
f) Idagdag ang namumulaklak na gulaman nang diretso sa mainit na pinaghalong at dahan-dahang haluin / whisk hanggang sa tuluyang matunaw ang gulaman.
g) Idagdag ang mabigat na cream at ihalo ito.
h) Hatiin ang timpla sa 6 na pinggan. Ang bawat serving ay humigit-kumulang ½ tasa na kapasidad.
i) Siguraduhing pukawin ang pinaghalong panna cotta sa bawat oras na ibubuhos mo ito sa isang serving dish upang ang mga buto ng vanilla ay maayos na nakakalat sa pinaghalong.
j) Hayaang lumamig nang bahagya ang panna cotta, pagkatapos ay takpan ang mga ito ng plastic wrap at ilagay sa refrigerator magdamag.

BERRY FLUID GEL
k) Pamumulaklak ng gulaman
l) Paghaluin ang ½ tsp ng gelatin sa ½ tbsp ng tubig, at hayaang umupo ito ng mga 10 minuto.
m) Kung gumagamit ka ng gelatin sheet, ibabad ang gelatin sheet sa isang mangkok ng tubig nang hindi bababa sa 10 minuto hanggang lumambot. Siguraduhing mag-ipit ng dagdag na tubig bago idagdag ang mga sheet sa pinaghalong berry.

BERRY COULIS
n) Ilagay ang mga berry, honey, asin, at lemon juice sa isang maliit na kasirola.
o) Magluto sa katamtamang init hanggang masira ang mga berry. Maaaring tumagal ito ng mga 10 - 15 minuto.
p) Lutuin ang pinaghalong hanggang sa magkaroon ka ng humigit-kumulang 1 tasa ng berry couli.
q) Maaari mong gamitin ang berry coulis bilang ay, kung gusto mo. Ngunit upang makagawa ng tuluy-tuloy na gel, kakailanganin mong magdagdag ng gelatin.

r) Haluin ang namumulaklak na gulaman hanggang sa ganap itong matunaw sa berry coulis.
s) Ilagay ang coulis jello sa refrigerator hanggang sa ito ay matuyo.
t) Kapag naitakda na, basagin ang layer ng jello at ilagay ito sa isang lalagyan na maaaring gamitin gamit ang isang stick blender.
u) Haluin ang berry jello hanggang magkaroon ka ng makinis na paste. Magtatapos ka sa isang tuluy-tuloy na gel.

MAGLINGKOD

v) Kapag naayos na ang panna cotta, maaari mo itong itago sa refrigerator nang hanggang 3 - 4 na araw.
w) Ihain ang panna cotta na may isang maliit na piraso ng berry fluid gel at sariwang berry sa itaas.
x) Kung inaalis mo ang panna cotta, ilagay ang amag sa maligamgam na tubig sa loob ng ilang segundo hanggang sa bahagyang lumuwag ang panna cotta at maaaring malabas mula sa amag.
y) Ilagay ito sa isang serving plate at i-tap o dahan-dahang pisilin ang amag upang palabasin ang panna cotta. Sandok ang raspberry couli sa ibabaw, at ihain kaagad.

7. Raspberry Gelee Panna Cotta

Gumagawa: 4

MGA INGREDIENTS:
PARA SA PANNA COTTA:
- 1/2 tasa ng buong gatas
- 1.5 tsp pulbos na walang lasa na gulaman
- 1.5 tasa ng mabigat na whipping cream
- 1/4 tasa ng butil na asukal
- 1 tsp vanilla extract
- 1/4 tsp asin

PARA SA RASPBERRY GELEE:
- 3/4 tsp gelatin na sobre
- 1/4 tasa ng tubig
- 1.5 tasa sariwa o frozen na raspberry
- 1/4 tasa ng butil na asukal
- 2 tsp lemon juice

MGA TAGUBILIN

a) Sa isang maliit na kasirola mula sa init, pagsamahin ang 1.5 tsp ng gelatin na may gatas, at hayaang tumayo ng 5 minuto. Ang prosesong ito ay tinatawag na blooming, at hinahayaan ang gelatin na sumipsip ng likido at matunaw nang pantay-pantay sa susunod.

b) Ilagay ang kawali sa katamtamang init, at haluin nang madalas sa loob ng 5 minuto, hanggang sa matunaw ang gelatin, siguraduhing hindi mo papakuluan ang gatas. Bawasan ang init sa medium low, kung kinakailangan.

c) Idagdag ang mabigat na cream, asukal, vanilla extract, at asin, at pukawin para sa isa pang 5 minuto hanggang sa matunaw ang asukal. Alisin ang pinaghalong mula sa init.

d) Ibuhos ang pinaghalong pantay-pantay sa 4 na baso o ramekin na gusto mo, at hayaang lumamig sa temperatura ng kuwarto sa loob ng 15 minuto. Pagkatapos ay palamigin sa refrigerator sa loob ng 6 na oras upang itakda.

e) Upang gawin ang raspberry gelee, sa isang maliit na kasirola, pagsamahin ang natitirang gulaman sa tubig, at hayaang tumayo ng 5 minuto.
f) Idagdag ang mga raspberry, asukal, at lemon juice, pagkatapos ay kumulo ng 5 minuto hanggang sa matunaw ang asukal. Gumamit ng pinong meshed salaan upang salain ang mga buto ng raspberry.
g) Hayaang lumamig ang gelee sa temperatura ng silid, mga 10-15 minuto, bago ibuhos nang pantay-pantay sa pinalamig na panna cotta.
h) Palamigin ng isa pang oras upang itakda ang gelee. Kung ninanais, maglingkod na may mga sariwang berry sa itaas, at magsaya!

8. Yuzu Panna Cotta

MGA INGREDIENTS:
- 3 dahon ng gulaman
- 1 tasang buong gatas
- 1 tasa double cream
- 1 kutsarang SPRIG ginger honey
- ½ kutsarita ng yuzu extract

MGA TAGUBILIN

a) Budburan ang gelatin sa 6 na kutsarang malamig na tubig sa isang medium-sized na mangkok at hayaang tumayo ng 5 hanggang 10 minuto.
b) Ibabad ang dahon ng gulaman sa kaunting malamig na tubig hanggang sa lumambot ang mga dahon.
c) Sa isang kasirola na nakalagay sa katamtamang init, dalhin ang gatas, cream, honey at yuzu extract sa kumulo.
d) Alisin ang kawali sa init. Pigain ang tubig mula sa dahon ng gulaman at idagdag ito sa pinaghalong cream habang mainit pa. Haluin hanggang sa matunaw ang gelatin.
e) Ibuhos sa mga ramekin o anumang iba pang lightly oiled glass/ceramic ware at palamigin magdamag.
f) Kapag naitakda na ang panna cotta, alisin ang mga ito mula sa mga ramekin at ihain kasama ng sariwang pulang currant

9. Orange Syrup Panna Cotta na may

Gumagawa: 6

MGA INGREDIENTS:
PARA SA PANNA COTTA
- 1 1/2 tasa ng buong gatas
- 3 kutsarita ng pulbos na gulaman
- 1/3 tasa ng caster sugar
- 1 1/2 tasa ng cream
- 1 kutsarita ng vanilla paste
- kurot ng asin

PARA SA ORANGE SYRUP
- Sarap ng kalahating malaking orange
- 3/4 tasa ng orange juice
- 1/4 tasa ng tubig
- 1/4 tasa ng caster sugar
- 1 kutsarita ng pulbos na gulaman

MGA TAGUBILIN
PARA SA PANNA COTTA

a) Kung gusto mong gawing plato ang Panna Cotta kapag nakatakda, magsimula muna sa pamamagitan ng pag-spray ng oil spray sa iyong dariole molds o ramekin.
b) Punasan ang mga ito ng tuwalya ng papel upang magkaroon lamang ng liwanag na takip.
c) Ibuhos ang malamig na gatas sa isang kasirola at iwiwisik ang gelatin sa ibabaw. Pahintulutan itong "mamumulaklak" sa loob ng 5 minuto.
d) Ibaba ang apoy sa ilalim ng kasirola at haluin ng isa o dalawa hanggang sa matunaw ang gulaman.
e) Idagdag ang asukal at haluin muli hanggang sa matunaw. Ito ay dapat tumagal lamang ng isa o dalawang minuto. Huwag hayaang masyadong mainit ang gatas o kumulo. Dapat mainit lang.
f) Alisin ang kasirola sa apoy. Ibuhos ang cream, vanilla at asin at ihalo hanggang sa lubusan na pinagsama.

g) Ibuhos sa mga pinggan o molds. Ilagay kaagad sa refrigerator at hayaang mag-set ng hindi bababa sa 4 na oras.
h) Upang alisin ang amag, punan ang isang ulam ng maligamgam na tubig isang pulgada lamang o higit pa, pagkatapos ay ilagay ang mga amag sa maligamgam na tubig sa loob ng 10-20 segundo. Ilagay ang iyong serving dish sa ibabaw ng Panna Cotta mold at i-flip ito.
i) Bigyan ng banayad na pag-iling ang Panna Cotta. Maaaring tumagal sila ng kaunting pampatibay-loob ngunit dapat silang lumabas nang perpekto. Matutunaw ang mga ito kung pabayaan ng masyadong mahaba kaya siguraduhing hindi mo ilalabas ang mga ito hanggang handa nang ihain.

PARA SA ORANGE SYRUP

j) Ilagay ang zest, juice, tubig at asukal sa isang kasirola at kumulo, haluin hanggang matunaw ang lahat ng asukal. Patayin ang apoy at ihalo ang gelatin hanggang matunaw.
k) Iwanan ito upang lumamig at dapat itong maging maganda at makapal at madulas. Ambon sa ibabaw ng Panna Cotta

10. Blackberry Honey Panna Cotta

Gumagawa: 6

MGA INGREDIENTS:
- 1 tasa ng kefir o buttermilk
- 4oz na sobre na walang lasa, may pulbos na gulaman
- 2 tasang mabigat na cream
- 1 vanilla bean, hatiin
- 1/4 tasa ng Blackberry Honey
- 1/4 kutsarita kosher salt
- Isang dakot na pistachio, tinadtad

MGA TAGUBILIN

a) Sukatin ang kefir at iwisik ang gelatin nang pantay-pantay sa itaas, ngunit huwag pukawin. Hayaang lumambot ang gulaman hanggang sa magmukhang basa ang mga butil at parang nagsisimula nang matunaw, 5-10 minuto.

b) Samantala, initin ang cream, honey, asin at vanilla bean sa isang kasirola na nakatakda sa katamtamang init hanggang sa halos kumulo. Haluin paminsan-minsan upang matunaw ang pulot. Patayin ang apoy at alisin ang vanilla bean, i-scrap ang mga buto sa palayok.

c) Idagdag ang gatas at gulaman at haluin hanggang matunaw ang gulaman. Hatiin ang halo sa pagitan ng 6 na ramekin o baso. Takpan at palamigin hanggang itakda, hindi bababa sa 4 na oras at hanggang magdamag. Kung iiwan mo sila ng magdamag, takpan ang bawat ramekin ng plastic wrap.

d) Upang alisin ang amag ng panna cottas, magpatakbo ng manipis na kutsilyo sa paligid ng tuktok na gilid ng bawat ramekin upang palabasin ang mga gilid, at ibalik ito sa isang plato. Maaaring kailanganin mong kalugin nang marahan ang ramekin para mailabas ang panna cotta sa plato. Itaas ang bawat panna cotta na may isang kutsarang pf rhubarb at ito ay mga juice at budburan ng tinadtad na pistachio.

e) Bilang kahalili, ihain ang mga panna cotta mula sa kanilang mga ramekin na may mga palamuti sa itaas.

11. Coconut Panna Cotta na May Passion Fruit

Gumagawa: 6

MGA INGREDIENTS:
PARA SA BAHAGI NG NIYOG
- 400 g Coconut puree makapal, mataas ang taba, hindi ang matubig
- 80 g Granulated sugar
- 4 Gelatine sheet 1.7g gelatin / sheet

PARA SA BAHAGI NG PASSION FRUIT
- 250 g Passion fruit puree sariwa o nagyelo, inalis ang mga buto, mag-iwan lamang ng ilang buto
- 100 g Granulated sugar
- 4 na mga sheet ng gelatin
- Sable cookie
- 45 g icing sugar
- 115 g AP na harina
- 15 g harina ng almond
- Kurot ng asin
- 55 g unsalted butter na napakalamig
- 25 g Itlog humigit-kumulang. kalahating itlog
- Natunaw ang puting tsokolate
- Ginutay-gutay na buko

MGA TAGUBILIN
SABLE COOKIE
a) Kapag ang cookies ay inihurnong at pinalamig sa temperatura ng silid, tunawin ang isang maliit na halaga ng puting tsokolate at i-brash ang cookies kasama nito
b) Alikabok ng ginutay-gutay na niyog at itabi

PANNA COTTA
c) Ihanda ang bahagi ng niyog: Ibabad ang gelatine sheet sa malamig na tubig
d) Init ang coconut puree at asukal hanggang kumulo at matunaw ang asukal

e) Alisin ang kasirola mula sa init, pisilin ang labis na tubig mula sa mga sheet ng gelatine at ihalo ang mga ito sa pinaghalong niyog. Itabi ito
f) Ihanda ang bahagi ng passion fruit: Ibabad ang gelatin sheet sa malamig na tubig
g) Patakbuhin ang passion fruit puree sa pamamagitan ng isang salaan upang maalis ang karamihan sa mga buto. Panatilihin sa iilan lamang
h) Painitin ang passion fruit puree na may asukal hanggang sa kumulo at ganap na matunaw ang asukal
i) Alisin ang kasirola mula sa init, pisilin ang labis na tubig mula sa mga sheet ng gelatine at pukawin ang mga ito sa passion fruit puree. Itabi ito

MAGTITIPON

j) Dahil ang parehong bahagi ng niyog at ang bahagi ng passion fruit ay naglalaman ng gelatine, kailangan mong mag-ingat na huwag hayaang ganap na maitakda ang mga ito bago ganap na tipunin sa amag, kaya huwag hayaang ganap na lumamig. Haluin ang mga ito paminsan-minsan
k) Kunin ang iyong amag at simulan natin ang proseso ng pag-assemble. I-pipe ang puting bahagi sa gitna ng bawat lukab, pagkatapos ay i-pipe pa ang coconut panna cotta sa panlabas na bilog
l) Ilagay ang amag sa freezer sa loob ng 15 min upang ang bahagi ng niyog ay matuyo bago magpatuloy sa susunod na hakbang. Iwanan ang natitirang coconut cream sa temperatura ng silid at haluin ito paminsan-minsan upang hindi ito matuyo
m) Kapag ang bahagi ng niyog ay ganap na nailagay sa freezer, magpatuloy sa pag-pipe ng bahagi ng passion fruit sa itaas
n) I-freeze muli ang amag ngayon sa loob ng 30 minuto. Siguraduhing hinahalo mo paminsan-minsan ang natitirang bahagi ng niyog para hindi ito tumulo habang nasa freezer ang amag
o) Kapag ang bahagi ng passion fruit ay ganap na nailagay sa freezer, magpatuloy sa pagpi-pipe sa natitirang puting bahagi sa

itaas. Hayaang palamigin ito sa freezer para sa min 6h, ang magdamag ay mas mabuti

p) Matapos ang panna cotta ay ganap na nagyelo, malumanay ngunit matatag na bitawan ang mga ito mula sa amag. Siguraduhing pinindot mo ang gitna lalo na para hindi ito dumikit sa amag

q) Ilagay ang bawat panna cotta sa coconut sable cookie habang ang panna cotta ay nagyelo

r) Hayaang matunaw ang panna cotta sa temperatura ng silid o sa refrigerator

12. Gingerbread Cranberry Panna Cotta Cake

Gumagawa: 4

MGA INGREDIENTS:
GINGERBREAD BASE
- 130 gramo ng gingerbread cookies, durog
- 65 gramo ng dairy free butter o coconut oil, natunaw

CRANBERRY JELLY
- 2 1/2 tasa ng cranberry
- 2 tasang tubig
- 1 orange, zested at juice
- 1/4 tasa ng maple syrup
- 1 kutsarita ng agar-agar powder

NIYOG PANNA COTTA
- 1 400 milliliter lata ng gata ng niyog
- 1/4 tasa ng maple syrup
- 65 gramo ng vegan puting tsokolate
- 1 kutsarita purong vanilla extract
- 1 kutsarita ng agar-agar powder

MGA TAGUBILIN
a) Sa katamtamang mangkok, pagsamahin ang mga sangkap para sa base ng gingerbread at pindutin nang mahigpit ang timpla sa maliliit na hulma ng cake. Palamigin hanggang matibay.
b) Pagsamahin ang cranberries, orange juice at zest sa isang kasirola. Idagdag ang maple syrup at tubig. Pakuluan sa katamtamang apoy at lutuin, paminsan-minsan hanggang sa pumutok ang mga berry at lumapot ang sarsa, mga 15 minuto.
c) Salain ang timpla sa pamamagitan ng isang pinong mesh na salaan, gamit ang likod ng isang kutsara upang pinindot ang katas. Magreserba ng cranberry mixture.
d) Idagdag ang cranberry juice sa kasirola, lutuin sa katamtamang init. Magdagdag ng agar-agar at ihalo hanggang sa ganap na matunaw. Hayaang kumulo ng 1 minuto. Ibuhos ang pinaghalong sa ibabaw ng base mamaya, palamigin hanggang itakda.

e) Magdagdag ng gata ng niyog sa isang kasirola, lutuin sa katamtamang init, na may patuloy na pagpapakilos sa loob ng 1 minuto. Magdagdag ng agar-agar at ihalo hanggang sa ganap na matunaw. Ihalo sa puting tsokolate, maple syrup at vanilla. Hayaang kumulo ng 1 minuto. Ibuhos sa ibabaw ng cranberry layer, palamigin hanggang itakda.
f) Alisin ang mga cake mula sa mga hulma.
g) Itaas ang sarsa ng cranberry at ihain.

13. Pomegranate Panna Cotta

Gumagawa: 8

MGA INGREDIENTS:
- 1/2 tasa ng mabigat na cream
- Juice at zest ng 1 orange
- 1 kutsarita ng butil na asukal
- 1/2 kutsarita magandang vanilla extract
- 1 1/2 tasa ng buong gatas
- 1 kutsarang powdered gelatin
- 1 1/2 tasa ng katas ng granada
- 1 kutsarang may pulbos na gulaman
- 2 kutsarita ng butil na asukal
- Mga buto ng 1 granada, para sa dekorasyon

MGA TAGUBILIN
a) Sa isang kasirola idagdag ang cream, orange juice at balat sa katamtamang init. Idagdag ang asukal at pakuluan. Idagdag ang vanilla at ihalo.
b) Sa isang maliit na mangkok, idagdag ang gatas at iwiwisik ang gelatin. Hayaang lumambot ng mga 5 minuto. Haluin ang gatas at gulaman sa cream hanggang sa matunaw.
c) Hatiin ang halo sa pagitan ng mga baso, ikiling sa isang walang laman na karton ng itlog o lata ng muffin. Palamigin hanggang itakda nang hindi bababa sa 2 oras, ang magdamag ay pinakamainam.
d) Samantala, magdagdag ng 1 kutsarang gulaman sa katas ng granada at hayaang matunaw ng 5 minuto sa isang pitsel. Idagdag sa isang kasirola na may asukal at pakuluan. Hayaang lumamig nang bahagya, ibuhos muli sa panukat na pitsel at ibuhos sa set na panna cotta. Palamigin hanggang itakda.
e) Palamutihan ng mga buto ng granada.

14. Susi Lime Panna Cotta

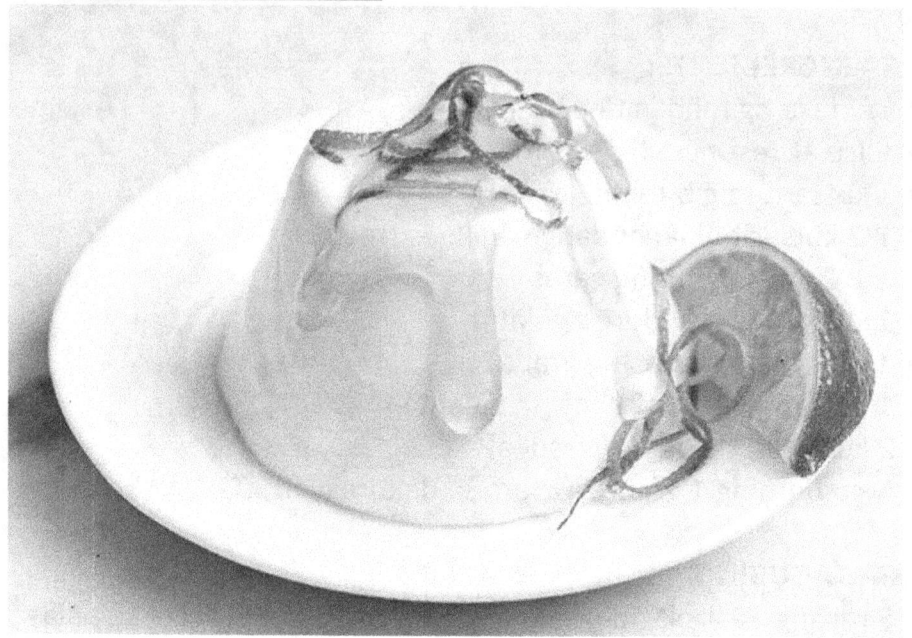

Gumagawa: 6 na servings

MGA INGREDIENTS:
- 2 tasang Heavy Whipping Cream
- ½ tasang butil na Asukal
- 1 pakete ng Gelatin
- 1 kutsarita Vanilla Extract
- 1 kutsarita ng Key Lime Zest
- 2 ½ kutsarita ng Key Lime Juice, bagong juice

MGA TAGUBILIN

a) Sa isang maliit na mangkok pagsamahin ang pakete ng gelatin na may 3 kutsara ng malamig na tubig; whisk para pagsamahin at itabi.

b) Sa isang mabigat, katamtamang kasirola, pagsamahin ang cream, asukal at banilya sa katamtamang mababang init. Haluin nang madalas hanggang sa ganap na matunaw ang asukal.

c) Magdagdag ng gelatin mixture at whisk para matunaw ang gelatin at ganap na ihalo sa cream mixture. Haluin ang lime zest at juice.

d) Ibuhos nang pantay-pantay sa 6 na gustong serving vessel o ramekin. Ilagay sa refrigerator sa loob ng 3-4 na oras hanggang sa ganap na maitakda.

e) Upang ilabas ang panna cotta: Kung pipiliin mong ilagay ang panna cotta sa mga indibidwal na serving plate sa halip na ihain sa isang mangkok tulad ng ipinapakita dito, ilagay ang mga lalagyan na may panna cotta sa isang kawali ng mainit na tubig na sapat na malalim upang magpainit sa labas ng mga mangkok ngunit hindi gaanong malalim ito ay papasok sa mga mangkok. Hayaang umupo ng ilang minuto.

f) Alisin at ilagay ang isang indibidwal na serving dish na nakaharap sa tuktok ng panna cotta bowl. Dahan-dahang baligtarin at kalugin nang bahagya ang panna cotta bowl para hayaang lumabas ang panna cotta sa plato. Kung hindi ito ilalabas, ulitin muli.

15. Dugo Orange Panna Cotta

MGA INGREDIENTS:
- Candied Blood Oranges, syrup na nakalaan para sa dekorasyon
- Juice mula sa 4 Blood Oranges maganda at pulpy
- 1 pakete ng gelatin
- 2 at 1/2 Cups Heavy Cream
- 1/2 tasang Asukal
- 3 Kutsarang Tubig
- 2 Kutsaritang Pinong Ginadgad na Dugo Orange Zest
- 2 Kutsarita ng Vanilla Extract

MGA TAGUBILIN

a) Pagsamahin ang dugong orange juice, tubig, at gulaman sa isang maliit na mangkok at itabi. Pakuluan ang asukal at mabigat na cream sa isang maliit na kaldero sa katamtamang apoy, ihalo bawat ilang minuto.

b) Kapag nagsimula na itong kumulo, ibaba ang apoy sa kumulo at ihalo ang pinaghalong gelatin.

c) Ipagpatuloy ang pagluluto sa loob ng dalawang minuto, ihalo sa buong oras. Alisin mula sa init at haluin ang orange zest ng dugo at ang vanilla extract hanggang sa pinagsama. Hayaang lumamig ang timpla sa temperatura ng silid bago ipamahagi sa 6 na magkakahiwalay na ramekin.

d) Ilagay ang mga ramekin sa refrigerator para mag-gel sa loob ng 6 na oras o magdamag.

e) Kapag naitakda na, ibuhos ang kaunting syrup mula sa mga candied blood orange sa bawat ramekin at palamutihan ang bawat ramekin ng isang candied blood orange. Ihain kaagad.

16. Mga Apricot at Honey Panna Cotta

Gumagawa: 4-6

MGA INGREDIENTS:
- Para sa mga aprikot:
- 6 na aprikot
- langis ng oliba

PARA SA PANNA COTTA:
- 1/4 tasa ng tubig
- 1 kutsarang powdered gelatin
- 2 tasang mabigat na cream
- 1/4 tasa ng pulot
- 1 tasang full fat buttermilk

MGA TAGUBILIN
Ihanda ang APRICOTS:
a) Gupitin ang mga aprikot sa kalahati at alisin ang hukay. Bahagyang i-brush ng olive oil at ihaw sa mainit na uling hanggang lumambot.
b) Hayaang lumamig at katas hanggang makinis sa food processor. Hatiin ang halo sa pagitan ng 6 na baso.

IHANDA ANG PANNA COTTA:
c) Ilagay ang tubig sa maliit na mangkok at iwiwisik ang gelatin dito. Reserve.
d) Sa isang malaking makapal na ilalim na kasirola na inilagay sa katamtamang init, dalhin ang mabigat na cream at pulot sa isang kumulo. Kapag mainit na ang cream, alisin sa apoy at haluin ang nakareserbang gulaman hanggang sa tuluyang matunaw. Idagdag ang buttermilk at haluin hanggang sa maghalo.
e) Hatiin ang timpla sa ibabaw ng apricot puree. Hayaang tumayo sa temperatura ng silid sa loob ng 20 minuto at pagkatapos ay palamigin nang hindi bababa sa 4 na oras bago ihain upang hayaang maayos ang cream.

17. Creme Fraiche Panna Cotta na may mga blackberry

Gumagawa: 6

MGA INGREDIENTS:
- 1 tasang buong gatas
- 1 tasang mabigat na cream
- ½ tasa ng butil na asukal
- ⅔ tasa ng crème fraiche
- 4 na sheet ng gulaman o 1 kutsarang may pulbos na gulaman
- palamuti
- sariwang blackberry
- dinurog na pistachios
- puting chocolate crispy balls, opsyonal

MGA TAGUBILIN
a) Ibuhos ang gatas, cream, asukal, at crème fraiche sa isang kasirola at haluin hanggang makinis.
b) Ilagay ang kasirola sa medium-low to medium heat at kumulo hanggang sa matunaw ang asukal, haluin.
c) Punan ang isang paghahalo ng mangkok na may tubig na yelo at magdagdag ng mga gelatin sheet upang "mamukadkad". Kapag ang mga sheet ay naging malambot at nababaluktot, pukawin ang mga ito sa pinaghalong gatas.
d) Haluin hanggang matunaw ang gelatin.
e) Alisin ang pinaghalong gatas mula sa kalan at ibuhos sa 6 na 4-onsa na ramekin. Ilipat ang mga napunong ramekin sa isang baking sheet at ilagay sa refrigerator upang itakda. Hayaang mag-set up ang panna cottas sa refrigerator nang hindi bababa sa 4 hanggang 6 na oras at hanggang 2 araw.
f) Itaas ang mga berry, pistachio at puting tsokolate na malutong na bola, kung gagamit. maglingkod.

18. Panna Cotta at Mango Mousse Domes

Gumagawa: 6-7 domes

MGA INGREDIENTS:
PANNA COTTA
- 150g whipping cream
- 50 g ng gatas
- 33g granulated sugar
- 2 kutsarita ng vanilla bean paste
- 2g dahon gelatine

MANGO CUBES
- 1 diced na laman ng mangga
- 100g mangga puree
- 2g dahon gelatine
- 25g granulated sugar

MANGO MOUSSE
- 150g mangga puree
- 4g dahon gelatine
- 10g granulated sugar
- 120g whipping cream

MANGO GLAZE
- 1 kutsarita ng lemon juice
- 100g mangga puree
- 4g dahon gelatine
- 2 kutsarita ng butil na asukal

MGA TAGUBILIN:
PARA SA PANNA COTTA
a) Pakuluan ang whipping cream, gatas, asukal at vanilla bean paste.
b) Alisin mula sa init, idagdag at pukawin ang pinalambot na gelatine hanggang sa matunaw.
c) Iwanan upang lumamig. Ibuhos ang pinaghalong sa pamamagitan ng isang sifter sa maliliit na baso o mga hulma.
d) Palamigin sa refrigerator hanggang sa itakda.

PARA SA MGA MANGO CUBES

e) Gupitin ang mangga sa maliliit na cubes.
f) Pakuluan ang kalahati ng mangga na may asukal hanggang sa matunaw ang asukal.
g) Alisin mula sa init, idagdag at pukawin ang pinalambot na gelatine hanggang sa matunaw.
h) Ihalo ang kalahati ng mango puree at mango cubes.
i) Kutsara ang mango cubes sa ibabaw ng panna cotta.
j) Palamigin sa refrigerator hanggang sa itakda.

PARA SA MANGO MOUSSE

k) Pakuluan ang kalahati ng mangga na may asukal hanggang sa matunaw ang asukal.
l) Alisin mula sa init, idagdag at pukawin ang pinalambot na gelatine hanggang sa matunaw.
m) Paghaluin ang kalahati ng mango puree.
n) Magdagdag ng whipped cream at haluing mabuti sa mapusyaw na dilaw na mango mousse.
o) Kutsara sa ibabaw ng mango cubes.
p) Palamigin sa refrigerator hanggang sa itakda.

PARA SA MANGO GLAZE

q) Pakuluan ang kalahati ng mangga na may asukal hanggang sa matunaw ang asukal.
r) Alisin mula sa init, idagdag at pukawin ang pinalambot na gelatine hanggang sa matunaw.
s) Ihalo ang kalahati ng mango puree at lemon juice.
t) Iwanan upang lumamig. Samantala, i-de-moul ang panna cotta at mango mousse.
u) Ibuhos ang mango glaze sa ibabaw. [Pakitingnan ang aking mas lumang post para makakita ng trick]
v) Palamigin sa refrigerator hanggang sa itakda. Palamutihan at magsaya.

19. Mango Panna Cotta

Gumagawa: 4 Servings

MGA INGREDIENTS:
- 2 kutsarita ng Gelatine Powder
- 2 kutsarang Tubig
- 1 malaking Mangga
- 1-2 kutsarita ng Lemon Juice
- 1 kutsarita ng Asukal
- 1 tasang Gatas
- 1/4 tasa ng Caster Sugar
- 1/2 tasa ng Cream

MGA TAGUBILIN:
a) Budburan ang Gelatine Powder sa Tubig sa isang maliit na mangkok at ibabad ng 5-10 minuto.
b) Balatan at batuhin ang Mangga, gupitin nang halos at ilagay ang lahat ng pulp at juice sa isang blender. Haluin hanggang makinis. Magdagdag ng Lemon Juice para sa sobrang asim kung kinakailangan.
c) Mag-ipon ng 2-3 kutsarang pureed Mango sa isang maliit na mangkok, magdagdag ng 1 kutsarita ng Asukal, at haluing mabuti. Maaaring naisin mong magdagdag ng ilang Liqueur. Ito ang magiging sauce.
d) Ilagay ang Gatas at Asukal sa isang kasirola, at init sa katamtamang apoy, haluin, at pakuluan. Alisan sa init.
e) Magdagdag ng babad na Gelatine, haluing mabuti hanggang matunaw ang gelatine. Magdagdag ng Cream at makinis na pureed Mango, at ihalo upang pagsamahin.
f) Ibuhos ang pinaghalong sa serving glasses o jelly molds. Ilagay ang mga ito sa refrigerator at iwanan upang itakda.
g) Ihain kasama ang tinipid na Mango puree.

20. Coconut Water Panna Cotta na may Saffron

Gumagawa: 6 na servings

MGA INGREDIENTS:
- 2-3 kutsarang Agar-Agar strands
- 1 litro ng sariwang tubig ng niyog
- 2 kutsarang Asukal
- 8-10 saffron strands

MGA TAGUBILIN:

a) Una sa lahat, ibabad ang Agar-agar strands sa isang tasa ng tubig. Itabi ito sa loob ng 30 minuto. Dalhin ito sa isang rolling pigsa sa isang mataas na init sa unang. Pagkatapos ay bawasan ang apoy at hayaang matunaw nang lubusan. Aabutin ito ng humigit-kumulang 8-10 minuto.

b) Init ang tubig ng niyog at Asukal hanggang mainit lang. Idagdag itong Agar-Agar mix dito. Pilitin ito kung ninanais. Ngunit hindi ito kailangan sa lahat. Maaari mo itong idagdag nang direkta. Ngunit mag-ingat na dapat itong ganap na matunaw tulad ng nakikita mo sa larawan. Haluin din ang Saffron strands. Haluing mabuti at hayaang lumamig bago ito palamigin.

c) Takpan ito at palamigin hanggang itakda. Hiwain at tangkilikin na may ilang tuyong Niyog na tinadtad sa itaas. O bilang ito ay. Napakasarap ng lasa. Yum!

21. Vanilla panna cotta na may blackberry sauce

MGA INGREDIENTS:
- 300 ML double cream
- 200 ML buong gatas
- 50 g ng asukal sa caster
- 2 sheet na gelatine
- 1 tsp vanilla bean paste
- 150 g ng mga blackberry
- 2 kutsarang caster sugar
- 5 kutsarang tubig
- 1 hiwa ng lemon

MGA TAGUBILIN:

a) Pagsamahin ang gatas na cream at asukal sa isang sauce pan sa katamtamang apoy. Dalhin sa isang kumulo pagpapakilos upang matunaw ang asukal

b) Haluin ang vanilla. Samantala, ibabad ang gelatine sheet sa malamig na tubig sa loob ng 5 minuto. Pigain ang labis na tubig, idagdag sa cream at pukawin upang matunaw.

c) Ibuhos sa mga hulma at ilagay sa refrigerator sa loob ng 2-3 oras

d) Upang gawin ang sarsa, magreserba ng 4-8 berries at ilagay ang natitirang mga blackberry sa isang kasirola na may asukal at tubig. Dalhin sa isang kumulo para sa 5 minuto, pagdurog ng mga berry

e) Magdagdag ng isang pisilin ng lemon juice, dumaan sa isang salaan at idagdag ang nakareserbang mga blackberry upang i-marinate

f) Kapag handa nang ihain, ilagay ang mga hulma sa maligamgam na tubig sa loob ng 20 segundo, i-invert sa isang plato at ihain kasama ang mga blackberry at sauce

22. Orange Panna Cotta at Orange Jelly

MGA INGREDIENTS:
- Para sa Panna Cotta:
- 1/2 tasa ng full fat milk
- 1 at 1/4 tasa ng mabigat na whip cream
- 1 tsp pulbos na gulaman
- 1/4 tasa puting asukal
- 1/2 tsp vanilla extract
- Sarap ng isang orange
- Para sa orange jelly:
- 1/2 tasa ng sariwang kinatas na orange juice
- 2 at 1/2 tsp pulbos na gulaman
- 1/4 tasa puting asukal
- 1 tasang tubig

MGA TAGUBILIN:

a) Upang gawin ang Panna Cotta, hatiin ang gatas sa kalahati at ibuhos ang kalahati sa isang mangkok.

b) Budburan ang gelatin sa ibabaw ng gatas at hayaang umupo ng 15 minuto upang mamukadkad (magiging spongy ang matagumpay na namumulaklak na gelatin)

c) Pagsamahin ang natitirang kalahati ng gatas na may cream, orange zest, vanilla, at asukal sa isang palayok. Haluin sa medium heat hanggang sa tuluyang matunaw ang asukal. Ang timpla ay dapat magpainit ngunit hindi kumulo.

d) Ngayon alisin ito sa apoy at itabi sa takip upang matarik ng ilang minuto (marahil mga 15 minuto). Ang takip ay mahalaga upang mai-lock ang orange na lasa mula sa sarap, kaya mangyaring huwag itong laktawan

e) Ilagay muli ang pinaghalong pinaghalo sa apoy upang kumulo, pagkatapos ay idagdag ang gelatin at pinaghalong gatas at pukawin hanggang sa ganap na matunaw ang gelatin. Gamit ang maliit na butas na salaan, salain ang timpla at ang iyong panna cotta concoction ay handa nang punuin sa mga ramekin, dessert cup, o baso kaagad pagkatapos ng straining. Palamigin hanggang itakda.

f) Mga 4 na oras. Madali kang makakapagtakda ng mga dessert cup sa isang anggulo para maging malikhain sa iyong panna cotta
g) Upang gawin ang halaya, pamumulaklak ang gelatin sa kalahati ng orange juice sa loob ng 5 minuto
h) Pakuluan ang tubig at asukal sa mataas na init hanggang sa syrupy (hindi makapal), pagkatapos ay ibuhos ang halo na ito sa namumulaklak na gulaman at whisk upang ganap na matunaw ang gulaman. Pukawin ang natitirang kalahati ng juice at hayaang lumamig ang timpla sa temperatura ng kuwarto
i) Ibuhos ang pinalamig na halo ng halaya sa set na panna cotta. Maaari mong ibuhos ang isang makapal o manipis na layer ayon sa ninanais. Hayaang ilagay ang jelly sa iyong panna cotta sa refrigerator sa loob ng halos kalahating oras.
j) Ihain nang pinalamig at tangkilikin bilang dessert

23. Strawberry panna cotta na may mga caramelized na mani

MGA INGREDIENTS:
- 200 gm piraso ng strawberry
- 60 gm ng asukal
- Panna cotta
- 250 ml na Gatas
- 2 tsp walang lasa na gulaman
- 80 gm ng asukal
- 1 pakete ng dinurog na mani

MGA TAGUBILIN:

a) Kumuha ng isang kawali maglagay ng mga piraso ng strawberry, isang dagdag na asukal panatilihin sa apoy lutuin 3to 5mins kapag natunaw ang asukal pagkatapos ay lumambot ang strawberry ay bumubuo ng juicy texture

b) Kunin init isang kawali ibuhos gatas panatilihing pigsa magdagdag ng asukal, samantala kumuha ng isang mangkok ilagay gulaman ibuhos tubig ihalo mabuti palitan gelatin sa gatas pigsa 2min.

c) Ibuhos sa molde leave 30mins then lagyan ng strawberry sauce sa plato lagyan ng sauce

d) Palamutihan ang mga durog na piraso ng mani, dahon ng mint dito na handa nang ihain

24. Strawberry at kiwi panna cotta

MGA INGREDIENTS:
- 1 tasang gatas
- 1 tasang sariwang cream
- 1 kutsarang gulaman
- 3 kutsarang asukal
- 1 kiwi tinadtad
- 2-3 strawberry tinadtad

MGA TAGUBILIN:
a) Ilagay ang gatas sa isang kawali magdagdag ng gulaman sa loob ng 4-5 minuto para lumambot ang gulaman.
b) Ngayon init ang pinaghalong gatas hanggang sa matunaw ang gulaman ngunit ang gatas ay hindi kumukulo mga 4-5 minuto.
c) Magdagdag ng asukal at cream, ihalo nang mabuti.
d) Alisin mula sa init at hayaan itong lumamig.
e) Ibuhos sa mga baso at palamigin ng 4-5 oras. ngunit hindi ito i-freeze.
f) Kapag lumamig na, palamutihan ng tinadtad na kiwi at strawberry.

25. Buttermilk Panna Cotta na may Citrus Sauce

MGA INGREDIENTS:
- 1 tasang mantikilya
- 1/4 tasa ng Asukal
- 1/2 tasa ng Heavy Cream
- 1-2 strands Agar-Agar nasira halos

PARA SA CITRUS SAUCE
- 1 Orange
- 5-6 Orange na Segment
- 3-4 kutsarang Asukal

MGA TAGUBILIN:

a) Init ang Malakas na cream at Asukal sa isang palayok. Haluin ang Agar Agar ngayon. Hayaan itong matunaw. Patuloy na haluin ito. Aabutin ito ng isa hanggang dalawang minuto. Huwag pakuluan. Dapat itong mainit. Ayan yun. Dito idagdag ang buttermilk. Bigyan ito ng mabilis na haluin. Bahagyang grasa ang iyong mangkok kung saan mo ito ilalagay.

b) Ibuhos ang halo dito o ang mga indibidwal na hulma ng ramekin ayon sa gusto at hayaang matuyo ito. Init ang Asukal at Orange juice sa isang kasirola sa katamtamang init, paminsan-minsang paghahalo hanggang sa matunaw ang Asukal. Idagdag din ang mga Orange na segment.

c) Alisin ito mula sa init sa sandaling ito ay lumapot. Palamigin ang Panna Cotta nang hindi bababa sa 2-3 oras o hanggang itakda. Ihain nang pinalamig na may Citrus Sauce.

26. Plum panna cotta

MGA INGREDIENTS:
- 1 tasang Fresh Cream
- 1/4 tasa Curd
- 3 kutsarang Asukal
- 4-5 Vanilla Essence
- 1 kutsarang Gelatin
- 5-6 Plum
- 1/4 tasa ng Asukal
- 1/4 tasa ng tubig

MGA TAGUBILIN:

a) Dalhin ang sariwang cream at asukal sa isang sauce pan at init sa mahinang apoy hanggang sa matunaw ang asukal. Ilipat ang apoy at itabi upang lumamig.
b) Kunin ang gelatin sa isang maliit na mangkok at magdagdag ng 2-3 tbsp ng tubig na kumukulo. Haluing mabuti at itabi
c) Haluin ang yoghurt gamit ang isang hand blender hanggang makinis.
d) Ngayon idagdag ang yoghurt sa sariwang cream at pinaghalong asukal at ihalo nang mabuti. Idagdag ang gelatin at vanilla extract at muling ihalo ang lahat ng mabuti. Salain ang pinaghalong gamit ang isang tela ng muslin o sa isang salaan at ilipat sa ramekin molds o silicon molds o muffin cups o glass bowls ayon sa gusto mo.
e) Palamigin ito ng 2-3 oras o hanggang itakda.
f) Gumawa tayo ng madaling plum syrup para sa topping. I-deseed ang mga plum at ilipat sa isang kasirola na may asukal at tubig.
g) Pakuluan ito ng 5-10 minuto o hanggang sa matunaw ang asukal at itabi upang lumamig. Haluin ang lahat sa isang makinis na katas at magpainit muli para sa isa pang 5-7 minuto. Ang iyong Plum sauce ay handa na.
h) Itago ito sa loob ng refrigerator nang isang beses at gamitin kung kinakailangan.
i) Ngayon ang huling hakbang ay ayusin ang iyong Pana Cotta.
j) I-demoul ang iyong Pana Cotta sa isang serving plate at lagyan ito ng Chilled Plum Syrup at mga hiwa ng sariwang plum.

27. Mango Panna Cotta na may palamuting Spun Sugar

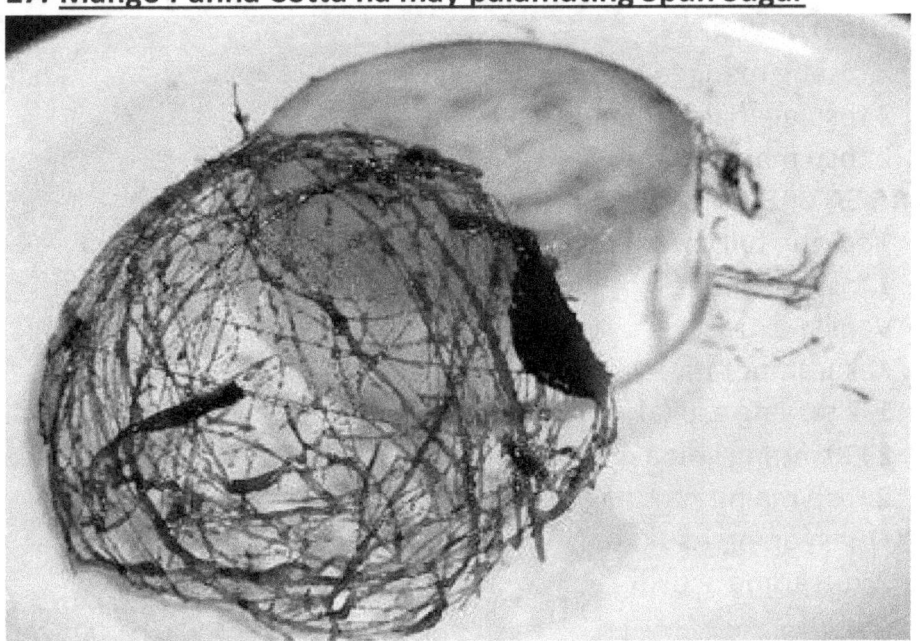

MGA INGREDIENTS:
MANGO LAYER:
- 2 tasang mangga puree
- 2 tbsp agar agar/gelatin/china gras
- 2 tbsp mainit na tubig

PARA SA CREAM LAYER:
- 1 tasang full cream milk
- 1 tasang cream
- Vanilla extract
- Kakarampot na asin
- 1/2 tasa ng asukal
- 2 kutsarang china grass
- 2 tbsp mainit na tubig

DEKORasyon ng Asukal
- 2 kutsarang asukal

MGA TAGUBILIN:

a) Kumuha ng malaking mangkok magdagdag ng china grass at tubig at ibabad ng 15 mins. Pagkatapos ay ihalo nang lubusan. Kapag natunaw na ito, ilagay ang mangga puree at ihalo ito. Siguraduhin na ito ay ganap na halo-halong. Kumuha ng isang serving glass na itago sa isang mangkok sa cross direction at ibuhos ang halo ng mangga dito nang bahagya at palamigin ng 2 oras.

b) Para sa Cream layer-2 tbsp gelatin ibabad sa mainit na tubig at itabi. Uminom ako ng homemade cream. (Isang tasa ng cream na inilagay sa freezer sa loob ng kalahating oras. Pagkatapos ng halo sa mixer, makakakuha ka ng sariwang cream.) Init ang 1 tasa ng gatas magdagdag ng asukal at itabi. Ang asukal ay dapat na ganap na matunaw at ang gatas ay dapat na malamig. Ngayon magdagdag ng vanilla extract at ihalo ito ng mabuti. Kumuha ng isang mangkok magdagdag ng cream matamis na gatas gulaman dissolved tubig at ihalo ito ng maayos lahat ng timpla ay dapat na halo-halong maayos.

c) Kumuha ng isang baso ng mangga puree mula sa refrigerator magdagdag ng layer ng cream at itakda muli sa loob ng 2 oras hanggang sa ganap itong matuyo. Palamutihan ng ilang tinadtad na mangga

d) Kumuha ng isang kawali magdagdag ng asukal at init ito dalhin ito sa isang pigsa nang hindi hinahalo ang katamtamang kulay ng karamelo. Alisin mula sa init at ibuhos ang karamelo sa isang grease tray at gumawa ng disenyo ayon sa iyong pinili. Payagan itong mag-set at masira sa mga shards

28. Coconut panna cotta na may pineapple glaze

MGA INGREDIENTS:
- 1 tasang gata ng niyog
- 1 tasang mabigat na cream
- 1 1/4 tsp agar agar
- 3 kutsarang asukal
- 1 tasang pinya
- 1 kutsarang mantikilya
- 1 kutsarang brown sugar

MGA TAGUBILIN:

a) Idagdag ang cream, gata ng niyog at agar agar sa isang malaking kawali. Paghaluin hanggang sa pinagsama at itabi sa loob ng 15 mins.
b) Idagdag ang asukal sa kawali at haluing mabuti. Pagkatapos ay i-on ang apoy sa medium. Painitin hanggang matunaw ang asukal at agar, patuloy na paghahalo hanggang sa malapit na itong kumulo.
c) Painitin ng isa pang 3-4 minuto sa mahinang apoy, patuloy na paghahalo at patayin ang apoy.
d) Gumamit ng pinong mash at salain ang pinaghalong sa isang malinis na mangkok. Ibuhos ang timpla sa baso na gusto mo at palamigin hanggang sa maitakda ang panna cotta.
e) Upang gawing glaze ang pinya, idagdag ang mantikilya at brown sugar sa isang kawali at init sa katamtamang apoy. Patuloy na haluin hanggang matunaw ang mantikilya at matunaw ang asukal.
f) Ngayon ay idagdag ang pinya (tinadtad ko ito ng pino, kung gusto mong panatilihin ang mas malalaking tipak) sa kawali, ihalo nang mabuti at ipagpatuloy ang pagluluto hanggang sa lumambot ang pinya.
g) Kung ang pinya ay hindi matamis kailangan mong gumamit ng kaunting asukal. Palamigin hanggang lumamig.
h) Ilagay ang pineapple glaze sa ibabaw ng panna cotta at ihain ng malamig. Enjoy.

29. Tricolor Panna Cotta Delight

MGA INGREDIENTS:
PARA SA MANGO LAYER
- 1 tasang mangga puree
- 2 kutsarang tubig
- 1 tsp unflavored gelatin o gumamit ng 4 gm china grass/agar agar
- ayon sa panlasa ng Asukal

PARA SA LAYER NG BERDE(KHAS).
- 1 tasang mabigat na cream
- 2-3 tbsp khas syrup
- ayon sa panlasa ng Asukal
- 1 tsp gelatin
- kung kinakailangan Ilang patak ng berdeng kulay ng pagkain (opsyonal)

PARA SA VANILLA CREAM LAYER
- 1 tasang mabigat na cream
- ayon sa panlasa ng Asukal
- 1/2 tsp vanilla essence
- 1 tsp gelatin

MGA TAGUBILIN:
PARA SA MANGO LAYER
a) Una sa isang maliit na mangkok magdagdag ng gulaman at 2 tbsp ng tubig, haluing mabuti at hayaan itong umupo ng 5 minuto upang mamukadkad. Sa isang kawali ilagay ang mangga puree, gulaman at init ito ng 2 -3 minuto sa mahinang apoy.

b) Patayin ang apoy at ibuhos ang timpla sa anumang hugis ng amag / baso na gusto mo at itago ito sa refrigerator upang ganap na ma-set.

PARA SA KHAS LAYER
c) Sa isang maliit na mangkok, ilagay ang gelatin na halo-halong mabuti at hayaan itong umupo ng 5 minuto upang mamukadkad. Susunod sa isang kasirola magdagdag ng pagsamahin ang mabigat na cream, asukal at lutuin sa katamtamang init hanggang sa matunaw ang asukal.

d) Kapag ang timpla ay umabot sa kumukulong punto patayin ang apoy, magdagdag ng khas syrup, ilang patak ng berdeng kulay ng pagkain, (opsyonal) namumulaklak na gulaman at haluin hanggang ganap na matunaw.
e) Hayaang lumamig hanggang sa temperatura ng silid at pagkatapos ay ibuhos ang halo na ito sa ibabaw ng layer ng mangga at muling itago ito sa refrigerator upang itakda.

PARA SA VANILLA LAYER

f) Sa isang maliit na mangkok, ilagay ang gelatin na halo-halong mabuti at hayaan itong umupo ng 5 minuto upang mamukadkad. Susunod sa isang kasirola magdagdag ng pagsamahin ang mabigat na cream, asukal at lutuin sa katamtamang init hanggang sa matunaw ang asukal.
g) Kapag ang timpla ay umabot sa kumukulong punto patayin ang apoy, magdagdag ng vanilla extract na namumulaklak na gulaman at pukawin hanggang sa ganap na matunaw. Hayaang lumamig sa temperatura ng silid at pagkatapos ay ibuhos ang halo na ito sa ibabaw ng khas layer at muli itong itago sa refrigerator upang ganap na itakda.
h) Ang masarap na 3 layered na Panna Cotta Delight ay handang ihain.

30. Mango Lassi Panna Cotta

MGA INGREDIENTS:
- 2 malalaking mangga
- 1/4 tasa ng gatas
- 2/3 tasa ng yogurt
- 1 tasang mabigat na cream
- 2 tsp asukal
- 1 tsp Agar Agar powder
- 1 tsp cardamom powder
- 3-4 na mga hibla ng safron

MGA TAGUBILIN:

a) Ibabad ang pulbos ng Agar Agar sa sapat na tubig upang ito ay magbabad ng mabuti. Ito ay kinakailangan.
b) Gumawa ng Mango purée sa pamamagitan ng pagbabalat, hiwa ng mga hiwa at idagdag sa isang blender upang makagawa ng purée
c) Sa isang kawali magdagdag ng Gatas at Malakas na cream at pakuluan ito sa katamtamang apoy.
d) Magdagdag ng cardamom powder at saffron string. Magdagdag ng mango purée at yogurt at haluin nang mabuti habang nasa apoy. Itabi
e) Palamigin ng 2-3 minuto at salain ang pinaghalong mangga
f) Grasa ang mga hulma. Ibuhos sa molds at palamigin magdamag
g) Palamutihan ng maliliit na hiwa ng mangga at dahon ng mint at magsaya

31. Gatas ng niyog at Orange Panna Cotta

MGA INGREDIENTS:
- 250 ml Gatas ng niyog
- 4-5 tbsp ng Asukal
- 1 Orange
- 2-3 strands Agar-Agar
- 1/2 tasa ng tubig

MGA TAGUBILIN:

a) Pakuluan ang Gatas ng niyog sa mahinang apoy na may idinagdag na Asukal kasama ang sariwang piniga na Orange juice kasama ang balat nito. Itabi. Samantala, magdagdag ng kalahating tasa ng tubig sa mga hibla ng Agar-Agar na pinunit sa maliliit na piraso. Dalhin ito sa isang rolling pigsa sa mataas na init sa una at pagkatapos ay hayaang kumulo para sa tungkol sa 4-5 minuto.

b) Mahalaga na dapat itong ganap na matunaw at halos transparent. Pagkatapos ay handa na itong ihalo sa Coconut Milk at Orange juice.

c) Haluing mabuti. Idagdag ito sa anumang Glass dish o isang Cake pan alinman ang madaling gamitin. Hayaang lumamig nang kaunti at panatilihin ito sa isang malamig na lugar. Mamaya palamigin ito hanggang sa lumamig.

d) Hatiin at magsaya!

32. Pomegranate panna cotta

MGA INGREDIENTS:
- 1/2 pack ng sariwang cream
- 1 kutsarang asukal
- 11/2 tasa ng gatas
- 1 tsp gelatin
- 1 tasang katas ng granada
- 1 tsp vanilla essence

MGA TAGUBILIN:
a) Budburan ang gelatin sa gatas at magpahinga ng 10 minuto
b) Heat cream magdagdag ng asukal at vanilla essence
c) Mix gelatin mixture ibuhos sa baso
d) Ilagay sa refrigerator sa magdamag
e) Init ang katas ng granada magdagdag ng gelatin mixture ibuhos sa iyong panna cotta
f) Ilagay sa refrigerator para sa magdamag
g) Palamutihan ng mga sariwang granada

33. Berde At Puting Panna Cotta

MGA INGREDIENTS:
- 1 packet green jelly banana
- 2 tasang tubig
- 1/3 tasa ng pinakuluang tubig
- 3 tsp gelatin
- 400 ml na cream
- 5 tbsp asukal o ayon sa panlasa
- 1 tsp vanilla essence

MGA TAGUBILIN:
a) Pakuluan ang tubig magdagdag ng halaya at pukawin ito.
b) Maglagay ng jelly sa maliliit na baso sa refrigerator sa loob ng 1/2 oras.
c) I-dissolve ang gelatin sa mainit na tubig.
d) Magdagdag ng asukal at haluing mabuti.
e) Magdagdag ng vanilla essence at haluing mabuti.
f) Magdagdag ng cream at ihalo nang mabuti.
g) Ibuhos muli sa berdeng jelly refrigerator sa loob ng 1/2 oras.

34. Greek Yogurt Panna Cotta na may Date Purée

MGA INGREDIENTS:
PARA SA PANNA COTTA:
- 1 tasang mabigat na cream
- 1/3 tasa ng asukal
- 1/8 tsp asin
- 1 tsp vanilla extract
- 1 sobre na walang lasa ng gulaman
- 2 tasang Greek yogurt

PARA SA DATE PURÉE:
- 2 tasa ng petsa (pitting at ibabad sa tubig pagkatapos ay gumawa ng isang i-paste sa blender)
- para matikman ang asukal
- 1 kutsarita ng gawgaw

MGA TAGUBILIN:
a) Sa isang maliit na mangkok paghaluin ang 1 sobre ng gelatin na may 3 kutsarang tubig at itabi ng 5 minuto.
b) Sa isang sauce pan paghaluin ang mabigat na cream, asukal, asin at vanilla extract. Lutuin ito ng mga 5 minuto (patuloy na hinahalo) sa katamtamang init hanggang sa ganap na matunaw ang asukal. Hindi mo kailangang pakuluan ito, ngunit painitin ito nang sapat upang paghaluin ang lahat ng mga sangkap.
c) Patayin ang kalan at idagdag ang natunaw na gulaman sa pinaghalong, haluin ito hanggang sa maayos na pinagsama.
d) Magdagdag ng 2 tasa ng Greek yogurt at pukawin ito nang mabuti hanggang sa magkaroon ka ng makinis na pagkakapare-pareho.
e) Hatiin ang halo na ito sa 4 na baso at palamigin ng ilang oras.

DATE PURÉE:
f) Sa isang sauce pan ihalo ang mga petsa ng purée na asukal at pakuluan at lutuin ng mga 3-4 minuto.
g) Paghaluin ang cornstarch na may 3 kutsarang tubig at idagdag ito sa sarsa. Haluing mabuti ng isang minuto pagkatapos ay patayin ang apoy. Hayaang lumamig ang sarsa pagkatapos ay sandok ito sa ibabaw ng pinalamig na Panna Cotta.
h) Takpan ng plastic wrap at palamigin ng isa pang ilang oras.
i) Bago ihain ang dessert, lagyan ito ng tinadtad na petsa at mint leave.

35. **Pakwan panna cotta**

Gumagawa: 1-2 servings

MGA INGREDIENTS:
- 1 quarter ng pakwan
- 1-2 kutsarang gulaman
- para matikman ang Asukal
- Para sa gatas
- 2 tasang powdered milk
- 2 tasang tubig
- 2 kutsarang gulaman
- para matikman ang Asukal

MGA TAGUBILIN:

a) Hugasan, gupitin at durugin ang water melon, maaari mong salain upang maalis ang mga buto (opsyonal), i-dissolve ang gelatin na may 2 kutsara ng maligamgam na tubig at idagdag sa durugin na pakwan, magdagdag ng asukal sa iyong panlasa, ihalo at ibuhos sa isang tasa at palamigin sa pamamagitan ng bahagyang baluktot ang tasa sa isang refrigerator rack upang makuha ang hugis ng panna cotta na gusto mo sa tasa!

b) Sa sauce pan idagdag ang tubig, asukal at gatas, ilagay ang gelatin at pakuluan habang hinahalo, hayaang lumamig nang buo, ibuhos ang gatas sa watermelon gel na pinalamig mo na.

c) Palamigin muli, ilabas pagkatapos na tumigas at lumamig, palamutihan ang panna-cotta ng mga tipak ng pakwan, sariwang dahon ng mint at mga sprinkles, pagkatapos ay ihain mo, enjoy!

36. Mango lychee panna cotta

MGA INGREDIENTS:
- 1 mangga
- 12-15 lychees
- 1 tasang whipping cream
- 1 tasang gatas
- 3 tsp asukal
- 3 tsp gelatin powder

PARA SA GARNISH
- kung kinakailangan Chocolate chips
- ilang piraso Cherry

MGA TAGUBILIN:
a) Balatan ang mangga, kunin ang pulp at durugin ang makinis na texture.
b) Kumuha ng gelatin sa 4 tsp ng tubig at haluing mabuti, ihalo sa mangga at ilipat sa baso at ilagay sa freezer ng 10 hanggang 29 minuto hanggang sa maging malapot.
c) Ngayon kumuha ng lychees at balatan ito.
d) Gilingin ito ng mabuti na may asukal lamang.
e) Gawin ang parehong proseso ng gelatin para sa texture ng lychees. Maaari kang gumawa ng gelatin solution sa mangga at lychee juice din.
f) Ibuhos ang texture ng lychees sa parehong baso ng mangga at ikiling mula sa magkaibang panig at ilagay ang mga ito sa kalahati, ilagay muli ang freezer.
g) Ngayon ay kumuha ng gatas, asukal at cream at giling mabuti ang mga ito. Ilipat sa isang mangkok at gawin ang parehong proof gelatin.
h) Ilabas ang mga baso, ibuhos ang texture ng gatas na cream sa mga baso at palamutihan ang mga ito nang maayos bilang iyong kalooban. Tangkilikin ang panahon ng prutas sa bagong istilo.

37. Persimmon panna cotta

Gumagawa: 4 na servings

MGA INGREDIENTS:
- 400 ML whipping cream
- 1/3 tasa ng asukal o ayon sa iyong panlasa
- 3 tsp gelatine o Agar Agar

PARA SA PERSIMMON PURÉE
- 1/4 tasa ng tubig
- 2 persimmon katamtamang laki
- 2 tsp Agar Agar o gelatine

MGA TAGUBILIN:

a) Sa isang maliit na kawali init 350 ML whipping cream. Salain sa asukal haluing malumanay.

b) Sa isang hiwalay na mangkok paghaluin ang agar agar na may 50 ML mainit na whipping cream ihalo na rin ngayon idagdag ang halo na ito sa pan creamy mixture para sa 2 min, pagpapakilos. Iwanan upang lumamig ng kaunti.

c) Punan sa 4 na baso hanggang sa gilid at iwanan ang panna cotta na ilagay sa refrigerator - mga isang oras.

d) Gupitin ang persimmon at alisan ng balat. Haluin ito ng tubig kung kinakailangan hanggang sa katas.

e) I-dissolve ang 2 tsp Agar powder sa 25 ml na maligamgam na tubig, idagdag ito sa persimmon puree. Haluin mabuti.

f) Punan ang natitirang espasyo sa mga baso ng persimmon puree. Iwanan upang i-set sa refrigerator para sa mga 2 hanggang 4 na oras o hanggang sa ganap na ma-set.

38. Custard at Pakwan Panna cotta

Gumagawa: 4 na servings

MGA INGREDIENTS:
- 500 ML ng gatas
- 1 kutsarang custard powder -
- Asukal - ayon sa iyong panlasa
- Pakwan - 1 malaking mangkok, walang buto at hiwa-hiwain
- 1/2 kutsarang rock salt
- 1 kutsarang dahon ng mint
- 1 kutsarang lemon juice

MGA TAGUBILIN:
a) Kumuha ng 1/2 tasa ng gatas, magdagdag ng custard powder at haluing mabuti.
b) Pakuluan ang gatas, idagdag ang gatas ng custard at asukal.
c) Pagkatapos ng 5 minuto, patayin ang gas.
d) Palamigin ang timpla.
e) Kumuha ng 4 na baso, magdagdag ng gatas ng custard at ilagay sa freezer sa loob ng 4-5 na oras.
f) Kumuha ng garapon, magdagdag ng mga piraso ng Pakwan, asin sa bato, dahon ng mint at lemon juice at mura.
g) Ngayon idagdag ang halo na ito sa mga baso ng gatas ng custard at umupo sa freezer sa loob ng 4-5 na oras.
h) Palamutihan ng dahon ng mint at ihain nang malamig.

39. Pear Compote sa Jelly na May Panna Cotta

Gumagawa: 8 servings

MGA INGREDIENTS:
PEAR COMPOTE SA HELLY:
- 2 Asian peras
- 200 ML Puting alak
- 60 gramo ng Asukal
- 10 ML Lemon juice
- 2 gramo ng mga sheet ng gelatin

PANNA COTTA
- 200 ML Malakas na cream
- 200 ML Gatas
- 30 gramo ng Asukal
- 30 gramo ng pulot
- 6 gramo ng mga sheet ng gelatin

MGA TAGUBILIN:
Gawin ang pear compote
a) Gupitin ang mga peras sa 16 na wedge bawat isa, at ilagay sa isang kawali kasama ang mga sangkap. Simulan ang pagluluto sa mataas na init.
b) Pakuluan ito upang sumingaw ang alkohol sa puting alak, pagkatapos ay kumulo sa katamtamang init hanggang sa maging translucent ang mga peras. Alisin din ang anumang scum.
c) Ang mga peras ay magiging translucent sa loob ng ilang minuto. Patayin ang apoy at hayaang lumamig sa kawali.
d) Kapag lumamig na ito sa temperatura ng silid, ilipat ang mga peras na may poaching liquid sa isang lalagyan ng imbakan, at palamigin sa refrigerator.

Gawin ang panna cotta:
e) Ibabad ang 6g ng gelatin sheet para sa panna cotta sa loob ng mga 20 minuto sa tubig.

f) Init ang mga sangkap sa katamtamang init. Patuloy na haluin hanggang sa ganap na matunaw ang asukal, at patayin ang apoy. Ganap na huwag hayaang kumulo.
g) Idagdag ang babad na gelatin sheet sa panna cotta mixture at ganap na matunaw ang gelatin. Salain ang timpla sa mga tasa.
h) Takpan ng mga takip at palamig hanggang sa ilagay sa refrigerator.

Gawin ang halaya:

i) Painitin ang syrup mula sa compote ng peras; huwag hayaang kumulo. Idagdag ang 2 g ng gelatin sheet na nakalaan para sa halaya, na nababad sa tubig nang maaga.
j) Ibuhos sa isang lalagyan at ilagay sa refrigerator hanggang sa ma-set.
k) Ilagay ang pear compote sa ibabaw ng panna cotta. Idagdag ang jelly sa itaas para matapos.
l) Ang pear compote ay masarap sa sarili nitong siyempre.

CHOCOLATE, BUTTERSCOTCH AT CARAMEL

40. Panna cotta na may caramel sauce

Gumagawa: 6 Servings
MGA INGREDIENTS:
- 1 tasang Asukal
- 1 tasa ng Tubig; o higit pang mga
- 1 tasang Tubig
- 2 kutsarang Tubig
- 4 kutsarita ng gelatin na walang lasa
- 5 tasang Whipping cream
- 1 tasang Gatas
- 1 tasang powdered sugar
- 1 vanilla bean; hating pahaba

MGA TAGUBILIN:
PARA SA SAUCE:
a) Pagsamahin ang 1 tasa ng asukal at ½ tasa ng tubig sa mabigat na medium sauce pan sa mahinang apoy. Haluin hanggang matunaw ang asukal. Palakihin ang init at pakuluan nang hindi hinahalo hanggang sa maging amber ang syrup, paminsan-minsan ay umiikot ang kawali at magsipilyo sa mga gilid gamit ang basang pastry brush, mga 8 minuto. Alisin ang kawali mula sa init.
b) Maingat na magdagdag ng ½ tasa ng tubig. Ibalik ang kawali sa init at pakuluan, pagpapakilos upang matunaw ang anumang mga piraso ng karamelo, mga 2 minuto.
c) Malamig.

PARA SA PUDING:
d) Ibuhos ang 2 kutsarang tubig sa maliit na mangkok. Budburan ng gulaman. Hayaang tumayo hanggang lumambot, mga 10 minuto. Paghaluin ang cream, gatas at asukal sa mabigat na malaking kasirola. Kuskusin ang mga buto mula sa vanilla bean; magdagdag ng bean.
e) Dalhin sa pigsa, pagpapakilos madalas. Alisan sa init. Magdagdag ng gelatin mixture at haluin para matunaw. Alisin ang vanilla bean. Ilipat ang timpla sa mangkok. Ilagay ang mangkok sa mas malaking mangkok ng tubig na yelo. Hayaang tumayo hanggang lumamig, paminsan-minsang pagpapakilos, mga 30 minuto. Hatiin nang pantay ang puding sa anim na 10-onsa na custard cup. Takpan at palamigin magdamag.
f) Alisin ang mga puding sa mga plato. Ibuhos ang caramel sauce at ihain.

41. Chocolate Panna Cotta

Gumagawa: 5 bahagi

MGA INGREDIENTS:
- 500 ML mabigat na cream
- 10 g gelatine
- 70 g itim na tsokolate
- 2 kutsara ng yogurt
- 3 kutsara ng asukal
- isang kurot ng asin

MGA TAGUBILIN:
a) Sa isang maliit na halaga ng cream, ibabad ang gelatine.
b) Sa isang maliit na kasirola, ibuhos ang natitirang cream. Dalhin ang asukal at yogurt sa isang pigsa, pagpapakilos paminsan-minsan, ngunit huwag pakuluan. Alisin ang kawali mula sa init.
c) Haluin ang tsokolate at gelatin hanggang sa tuluyang matunaw.
d) Punan ang mga molde ng batter at palamigin ng 2-3 oras.
e) Upang palabasin ang panna cotta mula sa amag, patakbuhin ito sa ilalim ng mainit na tubig sa loob ng ilang segundo bago alisin ang dessert.
f) Palamutihan ayon sa gusto mo at ihain!

42. Walang Itlog na Chocolate Panna Cotta na walang Cream

MGA INGREDIENTS:
- 80 g ng asukal
- 800 ML ng gatas
- 100 g gatas na tsokolate (opsyonal)
- 1/4 tasa ng cocoa powder
- 1/4 tsp asin
- 12 g gelatin sheets/1½ tsp gelatin powder

MGA TAGUBILIN:
a) Idagdag ang Gatas, cocoa powder, asukal, tsokolate at asin sa isang kasirola sa mababang init
b) At lutuin hanggang kumulo.
c) Pamumulaklak ang iyong gulaman at idagdag ito sa iyong timpla. +
d) (Ang timpla ay dapat na mainit)
e) Haluing mabuti hanggang sa makintab at ilagay sa serving dish.
f) Palamigin sa loob ng 6 - 24 na oras hanggang itakda.
g) Ihain nang malamig.

43. Ferrero Rocher Panna Cotta

MGA INGREDIENTS:
PARA SA LAYER 1
- 2 tasang gatas
- 1/8 tasa ng pulbos ng kakaw
- 1/2 tasa ng asukal sa pulbos
- 3 tsp Nutella
- 30 gramo ng maitim na tsokolate, tinadtad
- 1/2 tsp agar agar
- 2 tasang gatas

PARA SA LAYER 2
- 1/2 tasa ng asukal sa pulbos
- 1/4 tasa ng cocoa powder
- 5 tsp Nutella
- 60 gramo ng maitim na tsokolate, tinadtad
- 1/2 tsp agar agar
- 6 na hazelnuts na caramelized
- 3 ferrero rocher, hatiin sa kalahati

MGA TAGUBILIN:
a) Para sa unang layer, sa isang kawali whisk gatas na may cocoa powder, asukal, Nutella at agar agar.
b) Pakuluan ang pinaghalong, habang patuloy na hinahalo. Matapos itong magsimulang kumulo, kumulo ito ng 2 minuto at idagdag ang maitim na tsokolate. Lutuin hanggang sa ganap itong matunaw.
c) Pagkatapos ay alisin mula sa gas at ibuhos ito sa mga greased na silicon molds.
d) Sila ay mapupuno sa kalahati. Palamigin ito ng 10 minuto.
e) Samantala, ulitin ang parehong proseso para sa pangalawang layer. Ibuhos ang pangalawang timpla sa unang layer at hayaan itong magtakda ng 6-8 na oras sa refrigerator.
f) Matapos itong ganap na itakda, baligtarin ang mga hulma upang makakuha ng makinis na panna cotta. Palamutihan ito ng caramelized hazelnuts at tinadtad na Ferrero Rocher.
g) I-enjoy ang iyong dark chocolate Ferrero Rocher Panna Cotta.

44. Butterscotch Panna cotta sa biskwit tart

MGA INGREDIENTS:
PARA SA BISCUIT TART
- 2 pakete ng Ore biskwit
- 10 Marie biskwit
- 4 tbsp mantikilya
- Butterscotch sauce at cracklers
- 1/2 tasa tinadtad na pinaghalong mani
- 3 kutsarang Mantikilya
- 1 kutsarang sariwang cream

PARA SA ROSOGOLLA PANNACOTA
- 6 katamtamang laki ng rosogolla
- 300 gm sariwang cream
- 2 kutsarang condensed milk
- Kung kinakailangan, Gelatin
- 1 kutsarang butterscotch sauce

MGA TAGUBILIN:

a) Una para sa biskwit tart. Kumuha ng Oreo biskwit at Marie biskwit at gilingin ito nang hiwalay sa isang panghalo. Pagkatapos ay magdagdag ng mantikilya dito. Haluing mabuti. Pagkatapos ay ilagay ito sa isang hulma. At hayaan itong ilagay sa refrigerator.

b) Para sa butterscotch crackers, durugin ang halo-halong mani.

c) Sa isang kawali magdagdag ng asukal. Budburan ng tubig kapag na-caramelize na. Idagdag ang mga mani. Pagkatapos ay magdagdag ng mantikilya.

d) Pagkatapos ay ikalat ang timpla sa isang plato at hayaang lumamig. Pagkatapos ay ilabas lamang ito at ilagay sa isang foil o plastic bag at durugin ito. Itabi ito

e) Ngayon para sa Pannacotta. Magdagdag ng sariwang cream sa kawali. Patuloy na haluin. Pagdating sa pigsa idagdag ang 1 kutsarita butterscotch sauce.

f) Pagkatapos ay magdagdag ng ilang condensed milk. Haluing mabuti. Ngayon idagdag ang gelatin. Patayin ang apoy. Ngayon idagdag ang butterscotch crackers ihalo ito ng mabuti. Magtabi ng ilan para sa dekorasyon.

g) Ngayon sa isang mangkok ilagay muna ang timpla pagkatapos ay kalahati ng rosogolla. Pagkatapos ay ilagay muli ang pinaghalong at pagkatapos ay muli, ang rosogolla. Palamutihan ang natitirang butterscotch crackers. Hayaang ilagay ito sa refrigerator

h) Para sa paghahatid. Kunin ang biscuit tart pagkatapos ay ilagay ang isang bahagi ng Pannacotta dito.

45. Italian Panna Cotta na may Lindt dark chocolate

MGA INGREDIENTS:
- 2 tbsp malamig na tubig
- 1 kutsarang Agar Agar powder
- 2 tasang mabigat na cream
- 1/4 tasa ng asukal
- 1 tsp vanilla essence
- kung kinakailangan maleate Lindt dark chocolate
- kung kinakailangan ang mga prutas para sa dekorasyon

MGA TAGUBILIN:
a) Maglagay ng tubig sa isang maliit na mangkok at agar agar at hayaang mamukadkad ang gelatin sa loob ng 5-7 minuto.
b) Sa isang medium pan heat cream, asukal, vanilla essence, sa medium heat at pakuluan hanggang matunaw ang asukal. Haluin ang gulaman at agad na haluin hanggang makinis at matunaw.
c) Kung ang gelatin ay hindi pa ganap na natunaw, ibalik ang kasirola sa kalan at dahan-dahang painitin sa mahinang apoy. Haluin palagi at huwag hayaang kumulo ang timpla.
d) Ibuhos ang cream sa 3 indibidwal na serving dish. Palamigin nang hindi bababa sa 2-4 na oras, o hanggang sa ganap na itakda.
e) Palamutihan ito ng tuktok na may maleate Lindt dark chocolate, kiwi cubes at cherry.

46. Puting Chocolate Panna Cotta

MGA INGREDIENTS:
- 3 tasa ng sobrang makapal na cream
- 1 tasang full fat milk
- 250 gramo ng puting tsokolate
- 4 tsp. agar agar
- 1 tsp vanilla extract

MGA TAGUBILIN:
a) Gupitin ang tsokolate at ilagay ito sa isang mangkok at itabi ito sa ibang pagkakataon.
b) Paghaluin ang natitirang mga sangkap sa isang kawali at pakuluan ito sa katamtamang init, paminsan-minsang pagpapakilos.
c) Kapag ang timpla ay kumulo, alisin ang kawali mula sa init. Idagdag ang halos tinadtad na tsokolate sa pinaghalong at haluin hanggang matunaw ang tsokolate.
d) Ibuhos ang pinaghalong sa mga hulma o ramekin at ilagay ang mga ito sa refrigerator nang hindi bababa sa 4 na oras upang maitakda.
e) Alisin at ihain kasama ng fruit compote at mga prutas na gusto mo.

47. White chocolate panna Cotta na may blueberry sauce

MGA INGREDIENTS:
- 100 ML ng Gatas
- 300 ML Malakas na whipping cream
- 100 gm Puting tsokolate
- 70 gm Castor sugar
- 3 tsp Power gelatin
- 1 tasang BLUBERRY
- 2 tbsp Granulated sugar
- 1 tsp Vanilla essence

MGA TAGUBILIN:
a) Init ang gatas sa isang kawali.
b) Magdagdag ng gelatin dito.
c) Haluin nang tuluy-tuloy hanggang sa ganap na maghalo ang gelatin.
d) Ngayon idagdag ang cream at kapag nagsimula ang bula, itigil ang pagkulo.
e) Magdagdag ng puting tsokolate at vanilla.
f) Kapag ang chocolate compound ay ganap na natunaw salain ang buong timpla upang makakuha ng isang makinis na timpla.
g) Ibuhos ang mga ito sa muffin molds at panatilihin sa refrigerator sa loob ng 1 oras.
h) Samantala, init ang blueberry, granulated sugar sa isang kawali at gumawa ng sauce na parang consistency.
i) Demold ang panna, Cotta.
j) Ibuhos ang sauce sa panna Cotta.
k) Tangkilikin ang hugis pusong panna Cotta kasama ang iyong mahal sa buhay.

48. Panna Cotta na may Butterscotch Sauce

Gumagawa: 4 serving

MGA INGREDIENTS:
Para sa Pudding
- 1 tasang Buong gatas
- 1 tasang sariwang cream (35% taba ng gatas)
- 1/3 tasa ng Asukal
- 2 kutsarita ng Gelatin powder
- 2-3 patak ng Vanilla essence
- 1 kurot na Asin

Para sa Sauce
- 1/2 tasa ng Asukal
- 2 kutsarang Mantikilya
- 2 kutsarang mainit na tubig
- 1/2 tasa sariwang cream (35% taba ng gatas)
- 1/4 kutsarita ng Vanilla essence
- 1 kurot na Asin
- Upang Paglingkuran
- 1/4 tasa ng Cashew nuts, inihaw

MGA TAGUBILIN:
PARA SA PUDING -
a) Ibuhos ang gatas, sariwang cream, asukal at vanilla essence sa isang sauce pan. Init ang timpla sa mahinang apoy hanggang sa ito ay mainit-init. Iwiwisik ang gelatin sa pinaghalong halo at haluin hanggang sa matunaw ang gulaman. Huwag hayaang kumulo ang timpla.
b) Magdagdag ng asin at haluing mabuti. Salain ang pinaghalong at ibuhos sa mga indibidwal na mangkok, iwanan ito upang palamig. Palamigin sa refrigerator ng mga 4 na oras o magdamag.

PARA SA SAUCE -
c) Pagsamahin ang asukal at kaunting tubig sa isang kawali. Kapag natunaw ang asukal at naging matingkad na kayumanggi ang

kulay magdagdag ng mantikilya at whisk. Magdagdag ng 2 kutsarang mainit na tubig at haluin hanggang makinis.
d) Magdagdag ng sariwang cream at haluin muli sa loob ng ilang segundo hanggang sa bahagyang lumapot ang sarsa. Alisin mula sa init, magdagdag ng vanilla essence at asin. Panatilihin sa temperatura ng kuwarto.

MAGLINGKOD,

e) ibuhos ang sarsa sa puding at palamutihan ng kasoy.

KAPE AT TSA

49. Bubble Milk Tea Panna Cotta

Gumagawa: 6

MGA INGREDIENTS:
MILK TEA PANNA COTTA
- 3 kutsarang tubig
- 1 pakete ng gelatin (0.25 oz) 8 g o 4 na gintong gelatin sheet
- 15 g black tea leaves Gumagamit ako ng kumbinasyon ng Ceylon OP at **ASSAM TEA**
- 1 ½ tasa ng full cream na gatas
- ⅓ tasa ng asukal puti o kayumanggi na asukal
- Masaganang pakurot ng asin
- 1 tsp banilya
- 1 ½ tasa ng whipping cream na 35% na taba

BROWN SUGAR BOBA PEARLS
- ¾ tasang brown sugar 150 g brown sugar
- 3 kutsarang tubig
- Kurot ng asin
- ½ tasang boba pearls Maaari kang gumamit ng quick cook, o regular, o homemade boba pearls

MGA TAGUBILIN:
MILK TEA PANNA COTTA
a) Ilagay ang tubig sa isang mangkok at iwiwisik ang gelatin sa ibabaw. Haluin gamit ang toothpick para mababad ang gelatin sa tubig. Hayaang umupo ng hindi bababa sa 10 minuto upang hayaan ang gulaman.
b) Ilagay ang gatas sa isang kasirola. Init ang gatas sa katamtamang init, na may takip.
c) Kapag kumulo na ang gatas, patayin kaagad ang apoy at ilagay ang mga dahon ng tsaa.
d) Haluin ang mga dahon ng tsaa sa gatas. Takpan ang palayok at hayaang matarik ang tsaa sa loob ng 10 - 15 minuto.
e) Salain ang gatas sa isang pitsel para paghiwalayin ang mga dahon ng tsaa. Dahan-dahang pindutin ang mga dahon ng tsaa upang kunin ang kaunti pang gatas.

f) Hugasan ang kasirola, at idagdag muli ang gatas dito. Idagdag ang asukal, bloomed gelatin, asin at banilya.
g) Init ang timpla sa katamtamang init, habang hinahalo, upang matunaw ang asukal at gulaman. Painitin LAMANG ang pinaghalong hanggang sa matunaw ang asukal at gulaman. HUWAG hayaang kumulo ang timpla.
h) Kapag ang asukal at gulaman ay natunaw, alisin ang kasirola mula sa apoy.
i) Haluin ang whipping cream, at pagkatapos ay ilipat ang gatas sa isang malaking pitsel.
j) Maghanda ng 6 x ½ tasa na kapasidad ng paghahatid ng mga pinggan. Kung gusto mong alisin ang amag ng panna cotta, pumili ng metal o silicone molds na may manipis na dingding. Lagyan ng mantikilya ang mga gilid ng mga pagkaing ito ng napakanipis na taba. (Kung hindi ka naghuhulma, at naghahain lang ng panna cotta sa mga pinggan, hindi mo kailangang lagyan ng mantikilya ang mga gilid ng mga pagkaing iyon).
k) Hatiin ang pinaghalong panna cotta sa pagitan ng anim na pinggan.
l) Pahintulutan ang halo na dumating sa temperatura ng silid. Takpan ang bawat ulam ng plastic wrap at ilagay ang mga ito sa isang tray. Ilipat ang tray na ito sa refrigerator, at hayaang mag-set ang panna cotta magdamag.

BROWN SUGAR BOBA PEARLS

m) Simulan ang pagluluto ng boba pearls ayon sa mga tagubilin sa pakete.
n) Ang mga lutong bahay na boba pearl na ito ay magtatagal upang maluto, kaya kailangan mong lutuin ang mga ito BAGO mo gawin ang syrup.
o) Ilagay ang asukal, asin, at tubig sa isang kasirola. Init sa medium high heat habang hinahalo para matunaw ang asukal.
p) Ibaba ang apoy sa katamtaman, at patuloy na pakuluan ang sugar syrup. Pakuluan ang sugar syrup hanggang lumapot at maging syrupy (magiging hindi gaanong malapot ang syrup kapag nilagyan mo ng boba pearls). Itabi.

q) Ilagay ang nilutong boba pearls sa malamig na tubig, at pagkatapos ay patuyuin ang tubig. Ilipat ang boba pearls sa brown sugar syrup at haluin para mabalutan. Hayaang lumamig hanggang ang boba pearls ay medyo mainit na.

UNMOLDING ANG PANNA COTTA

r) Maghanda ng isang mangkok na may maligamgam na tubig. Ibaba ang panna cotta mold sa tubig.

s) Dahan-dahang paikutin ang amag sa tubig sa loob ng ilang segundo.

t) Ibalik ang amag sa isang serving dish at iling ito ng kaunti. Dapat nitong dahan-dahang ilabas ang panna cotta mula sa amag. Kung hindi, ibalik ito sa mangkok ng maligamgam na tubig sa loob ng ilang segundo.

u) Sandok ng ilang brown sugar boba pearls sa ibabaw ng milk tea panna cotta. Kung gusto mong maging mas matamis ang panna cotta, sandok din ang ilan sa brown sugar syrup sa ibabaw.

50. Coffee Panna Cotta kasama si Kahlúa

MGA INGREDIENTS:
- 2 kutsarita ng Gelatine Powder
- 2 kutsarang Tubig
- 1/2 tasa ng Malakas na Kape
- 1/2 tasa ng Gatas
- 1/4 tasa ng Caster Sugar
- 1 tasang Thickened Cream
- 1 kutsarita Vanilla Extract
- Kahlúa

MGA TAGUBILIN:

a) Budburan ang Gelatine Powder sa Tubig sa isang maliit na mangkok at ibabad ng 5-10 minuto.
b) Ilagay ang Malakas na Kape, Gatas, Asukal at Vanilla sa isang kasirola, at init sa katamtamang apoy, haluin, at pakuluan.
c) Alisin mula sa init.
d) Magdagdag ng babad na Gelatine, haluing mabuti hanggang matunaw ang gelatine, pagkatapos ay ilagay ang Cream at ihalo upang pagsamahin.
e) Ibuhos ang timpla sa mga serving glass. Ilagay ang mga ito sa refrigerator at iwanan upang itakda.
f) Ihain kasama ng Kahlúa O Coffee Syrup. Ang Coffee Syrup ay madaling gawin sa pamamagitan ng paghahalo ng mga sangkap sa isang kasirola at lutuin ng ilang minuto. Palamig nang lubusan bago gamitin.

51. Mocha Panna Cotta

MGA INGREDIENTS:
- 400 ML ng tubig
- 800 ML solong cream
- 200 ML ng asukal
- 2 tsp mainit na tsokolate na pulbos
- 2 tsp Kape
- Gelatin
- Kape liqueur
- Vanilla extract

MGA TAGUBILIN:

a) Ibabad ang gelatine leave sa tubig ng 10min. Pakuluan ang 200ml na tubig at magdagdag ng dalawang kutsara ng kape at 100ml ng asukal o higit pa (hanggang sa iyong panlasa), patayin ang apoy at dahan-dahang magdagdag ng 400ml na solong cream dahil hindi ka tumitigil sa paghahalo ng mabuti.

b) Lagyan ng kaunting vanilla at kalahati ng ibinabad na gelatine leave. Siguraduhing maayos ang paghahalo ng likido at ibuhos ito sa isang tasa o baso kung ano ang gusto mo. Iwanan ito sa refrigerator sa loob ng 2 oras.

c) Pagkatapos ay gawin ang parehong bagay ngunit sa halip na kape, magdagdag ng mainit na tsokolate sa tubig. Kapag malamig na ang layer ng kape ilagay sa ibabaw ang tsokolate at iwanan ito ng 2-3 oras pa.

d) Kailangan mo ng dalawang magkahiwalay na malinaw na layer, isang kape at isang mainit na tsokolate.

e) Idagdag sa ibabaw ng tea stoop ng coffee liqueur at tamasahin ang malamig na lasa ng mocha.

52. Espresso panna cotta

Gumagawa: 4 na servings

MGA INGREDIENTS:
- 2 tasang makapal na cream
- ¼ tasa ng makapal na cream; pinalamig
- ¼ tasa sariwang espresso beans; magaspang na lupa
- 1 vanilla bean; hating pahaba
- 1 kutsarang gelatin na walang lasa
- ½ tasang Asukal

MGA TAGUBILIN:
a) Ilagay ang 2 tasa ng cream at espresso beans sa isang medium na kasirola.
b) I-scrape ang vanilla bean at idagdag ang mga buto at buong bean sa pinaghalong cream at pakuluan. Alisin mula sa init, takpan at hayaang matarik ang timpla sa loob ng 30 minuto.
c) Alisin ang vanilla bean at salain ang pinaghalong sa pamamagitan ng isang pinong salaan sa isang malinis na kasirola at dalhin sa isang kumulo.
d) Iwiwisik ang gelatin sa natitirang ¼ tasa ng pinalamig na cream, at hayaang umupo ng 5 minuto. Ibalik ang espresso cream sa kumulo.
e) Ihalo ang natunaw na gulaman at asukal hanggang sa makinis. Ibuhos ang timpla sa apat na ½ tasa ng ramekin.
f) Palamigin hanggang itakda, hindi bababa sa 2 oras.

53. Italian coffee panna cotta dessert

Gumagawa: 2 servings

MGA INGREDIENTS:
- 1 1/2 tasa mabigat na cream
- 1/2 tasa ng asukal
- 1/4 tasa ng mainit na tubig
- 2 tsp instant coffee powder
- 2 tsp gulaman
- kung kinakailangan Chocolate syrup
- 1/4 tsp vanilla essence

MGA TAGUBILIN:
a) Kumuha ng 5 tbsp mainit na tubig sa isang tasa magdagdag ng instant coffee powder haluing mabuti at itabi,
b) Ngayon kumuha ng 1/4 tasa ng mainit na tubig magdagdag ng gulaman haluing mabuti hanggang sa ito ay matunaw at itabi.
c) Ngayon sa isang sauce pan kumuha ng mabigat na cream init ang kawali sa mahinang apoy pakuluan ito, magdagdag ng asukal, patuloy na pagpapakilos hanggang sa asukal makakuha dissolved, patuloy na pagpapakilos 3-4 minuto higit pa alisin mula sa apoy.
d) Magdagdag ng instant na timpla ng kape, gelatin na natunaw sa tubig at vanilla essence, salain ang halo na ito sa hulma ng mangkok, hayaan itong lumamig nang bahagya, takpan ito ng plastic wrap at palamigin ng 4 na oras,
e) Dahan-dahang ibuhos ang chocolate syrup sa ibabaw at ihain nang malamig.

54. Tea Panna Cotta

MGA INGREDIENTS:
- 2-3 bag ng tsaa
- 1 tsp. luya, gadgad
- 2-3 cardamom, nabugbog
- 500 ML. buong taba na gatas
- 1 tasang mainit na tubig
- 1 1/2 tbsp. agar-agar pulbos
- 1/2 cup powdered brown sugar o ayon sa panlasa
- 1/4 tsp. pulbos ng kanela
- 1/2 tsp. vanilla essence
- tinadtad na tuyong prutas para palamuti

MGA TAGUBILIN:

a) Ibuhos ang mainit na tubig sa mga bag ng tsaa, luya at cardamom. Magtabi ng 30 minuto para magtimpla.
b) Salain at itabi ang likido.
c) Pakuluan ang gatas. Magdagdag ng asukal at cinnamon powder. Haluin nang tuluy-tuloy. Idagdag ang vanilla essence at itabi para lumamig.
d) Paghaluin ang agar agar sa natitirang mainit na tubig. Idagdag sa pinalamig na gatas, ihalo nang mabuti at ibuhos sa mga indibidwal na baso. Palamigin upang itakda.
e) Palamutihan ng tinadtad na mani at ihain.

CEREAL PANNA COTTA

55. cereal milk panna cotta

Gumagawa: 4

MGA INGREDIENTS:
- 1½ gelatin sheet
- 1¼ tasang Cereal Milk
- 25 g light brown sugar
- 1 kutsarita ng espresso powder
- 1 kurot kosher salt

MGA TAGUBILIN:
a) Magpainit ng kaunting cereal milk at haluin ang gelatin para matunaw.
b) Ihalo ang natitirang cereal milk, brown sugar, espresso powder, at asin hanggang sa matunaw ang lahat, mag-ingat na huwag magsama ng masyadong maraming hangin sa pinaghalong.
c) Maglagay ng 4 na maliit na baso sa isang patag, madadala na ibabaw.
d) Ibuhos ang pinaghalong gatas ng cereal sa mga baso, punan ang mga ito nang pantay.
e) Ilipat sa refrigerator upang itakda nang hindi bababa sa 3 oras, o magdamag.

56. Cereal Panna Cotta

MGA INGREDIENTS:
- 250 g Malakas na Whipping Cream
- 250 g Buong Gatas
- Mga Cereal na Mapipili Mo, 50g + Higit Pa Para sa Palamuti
- 75 g Demerara Sugar
- 5 g na mga sheet ng gelatin

MGA TAGUBILIN:

a) Sa isang malaking mangkok, magdagdag ng cream at gatas. Haluin upang pagsamahin ng mabuti. Magdagdag ng mga cereal na gusto mo.

b) Itabi sa loob ng 30 minuto upang payagan ang mga cereal na na-infuse ng cream-milk mixture. Ipasa ang pinaghalong sa pamamagitan ng isang pinong salaan sa isang palayok ng sarsa. Gamit ang likod ng isang kutsara at pisilin ang mas maraming likido hangga't maaari. Ngunit huwag lumampas ito.

c) Maaari mong piliing kainin ang mga basang cereal o itapon. Idagdag sa asukal. Gawing medium ang init. Haluin upang matunaw ang asukal at pakuluan ang pinaghalong cream-gatas.

d) Habang nangyayari iyon, pamumulaklak ang mga gelatin sheet sa isang mangkok ng tubig. Kapag kumulo na ang cream-milk mixture, alisin sa init.

e) Pigain ang labis na tubig mula sa namumulaklak na gulaman at idagdag sa pinaghalong cream-gatas. Haluin para matunaw ang gulaman.

f) Ipasa ang cream-milk mixture sa pamamagitan ng fine sieve sa mga ramekin. Itapon ang anumang nalalabi. Palamigin ang panna cotta sa refrigerator nang hindi bababa sa 6 hanggang 8 oras. o mas mabuti magdamag.

g) Sa sandaling ihain, magdagdag ng mainit na tubig sa isang mababaw na mangkok.

h) Iwanan ang ramekin ng panna cotta sa hot water bath para sa mga 45 sec hanggang 1 min. Sa sandaling ang panna cotta ay maaaring magsimulang gumalaw, alisin mula sa paliguan ng tubig.

i) Huwag iwanan ito sa mainit na paliguan ng tubig nang masyadong mahaba, o matutunaw ang panna cotta.

j) Maingat na i-flip at alisin ang amag sa isang serving plate.

k) Palamutihan ng ilang durog na cereal. Ihain kaagad.

57. Kanin Panna cotta

MGA INGREDIENTS:
- 1 tasang lutong bigas
- 2 kutsarang asukal
- 2 kutsarang ghee
- 2 kutsarang gatas na pulbos

MGA TAGUBILIN:

a) Magdagdag ng bigas at asukal sa isang mixer jar at durugin ito. Pagkatapos ay ilagay ang milk powder at rice mixture na may ghee sa isang mangkok at igisa ng mabuti. Kapag ang timpla ay umalis ng ghee, alisin mula sa gas at ibuhos sa isang amag.

b) Ilagay ito sa freeze sa loob ng 20-30 minuto. Handa nang ihain ang Rice Panna cotta.

CHEESY PANNA COTTA

58. Mascarpone panna cotta

Gumagawa: 6 Servings

MGA INGREDIENTS:
- 12 oz frozen mixed berries, lasaw at pinatuyo
- 3 kutsarang asukal
- Spray sa pagluluto ng gulay
- 1 kutsarang gatas
- 1¼ kutsarita ng gelatin na walang lasa
- 1 ¼ tasa ng whipping cream
- ⅓ tasa ng gatas
- 1 kutsarang banilya
- ¼ tasa ng asukal
- ¼ tasa ng mascarpone cheese
- ¼ tasa ng kulay-gatas

MGA TAGUBILIN:

a) Ilagay ang pinaghalong berry sa isang maliit na mangkok at durugin nang bahagya gamit ang likod ng kutsara.
b) Haluin ang 3 kutsarang asukal. Takpan ng plastic wrap at itabi.
c) Mag-spray ng apat na ¾ cup ramekin na may cooking spray.
d) Sa isang maliit na mangkok, ibuhos ang 1 kutsarang gatas.
e) Budburan ang gelatin at hayaang lumambot, mga 10 minuto.
f) Samantala, pagsamahin ang cream, ⅓ cup milk, vanilla, at ¼ cup sugar sa isang kasirola.
g) Pakuluan sa katamtamang init, madalas na pagpapakilos.
h) Alisin mula sa init, magdagdag ng gelatin mixture at haluin hanggang matunaw. Hayaang lumamig ang timpla. Sa isang medium sized na mangkok, haluin ang mascarpone cheese at sour cream hanggang makinis.
i) Dahan-dahang idagdag ang mainit na pinaghalong cream sa mangkok, patuloy na paghahalo.
j) Ibuhos ang timpla sa mga inihandang ramekin.
k) Palamigin hanggang lumamig at itakda.
l) Patakbuhin ang isang maliit na kutsilyo sa gilid ng mga ramekin upang lumuwag ang panna cotta.
m) Baligtarin ang ramekin sa isang plato. Sandok ng berry sauce sa panna cotta. maglingkod.

59. Buttermilk Goat Cheese Panna Cotta na may Fig

Gumagawa: 6-8 servings

MGA INGREDIENTS:
PANNA COTTA:
- 2 tasang mabigat na cream
- 2/3 tasa ng asukal
- ¼ tsp kosher na asin
- 1 tasang buttermilk
- 2 tsp plain powdered gelatin
- ¼ tsp pinong gadgad na orange zest
- 4 oz creamy, sariwang goat cheese, pinalambot sa temperatura ng kuwarto

NUTS:
- ½ tasang pistachios
- 2 tsp unsalted butter, natunaw
- Kosher na asin

IBA PANG MGA TOPPING:
- Orange blossom honey
- Mga sariwang igos, gupitin sa mga wedge

MGA TAGUBILIN

a) Heat cream base: Magdagdag ng cream, asukal at asin sa isang palayok. Dalhin sa isang kumulo sa katamtamang init, pagpapakilos paminsan-minsan.

b) Bloom gelatin: Ilagay ang buttermilk sa isang tasa. Budburan ang gelatin sa ibabaw. Hayaang mamukadkad ng 5-10 minuto habang kumukulo ang cream.

c) Paghaluin ang panna cotta base: Kapag kumulo ang cream, bawasan ang init at haluin sa pinaghalong buttermilk/gelatin. Ihalo sa orange zest. Haluin hanggang matunaw ang gelatin. Ilagay ang pinalambot na keso ng kambing sa isang mangkok. Paghaluin ang pinaghalong cream sa keso ng kambing, isang sandok sa isang pagkakataon, hanggang sa ganap na pinagsama.

d) Salain at ibuhos: Salain ang panna cotta base sa pamamagitan ng isang salaan sa isang malaking tasa ng pagsukat ng likido. Ibuhos ang timpla sa nais na baso o ramekin. Ito ay sapat na para sa 6-8 servings. Palamig sa temperatura ng kuwarto. Ilagay sa refrigerator upang lumamig at ganap na i-set up ng ilang oras o perpektong magdamag.
e) Toast pistachios: Habang naka-set up ang panna cotta, i-toast ang pistachios. Painitin ang oven sa 350°F. Ilagay ang mga mani sa isang baking sheet na may linya ng pergamino. Ibuhos ang natunaw na mantikilya at timplahan ng asin. Ihagis. Maghurno ng mga 8-10 minuto o hanggang mag-golden brown. Palamigin sa temperatura ng silid at iimbak sa lalagyan na hindi tinatagusan ng hangin.
f) Ihain: Upang ihain, itaas ang mga panna cotta na may mga igos at mani, at ibuhos ang pulot. Enjoy.

60. Tiramisu Panna Cotta

Gumagawa: 6 Servings

MGA INGREDIENTS:
PARA SA PANNA COTTA
- 1 tasa ng Gatas, hinati
- 1 tasa ng Heavy Whipping Cream
- 1/4 tasa ng Mascarpone Cheese
- 1.5 kutsarang Instant Coffee powder
- 2 kutsarang Kahlua Liqueur o Coffee Liqueur
- 1/3 tasa + 2 kutsarang Brown Sugar o Regular na asukal
- 1.5 kutsarita ng Agar agar powder o Unflavored veg gelatin
- 1 kutsarang Cocoa powder para sa pag-aalis ng alikabok

COFFEE SYRUP
- 1/2 tasa Strong brewed na kape
- 1/2 tasa Brown Sugar o Regular na asukal
- 2 kutsarita ng vanilla essence

MGA TAGUBILIN
a) Pagsamahin ang coffee powder at brown sugar sa isang kawali.
b) Magdagdag ng 1 kutsarita ng tubig at init hanggang sa ganap na matunaw ang asukal.
c) Alisin ito sa apoy at ibuhos sa Kahlua liqueur. Haluing mabuti at itabi.
d) Budburan ang agar agar powder sa 1/2 tasa ng gatas. Hayaang mamukadkad sa loob ng 5 minuto.
e) Samantala, pagsamahin ang natitirang 1/2 cup milk na may mascarpone cheese at cream sa isang kasirola.
f) Haluing mabuti. Ang timpla ay dapat na walang bukol.
g) Ibuhos ang agar-agar +milk mix sa pinaghalong ito. Haluing mabuti.
h) Lutuin sa mahinang apoy hanggang ang agar agar ay ganap na matunaw at ang timpla ay malapit nang kumulo.
i) Huwag dalhin ito sa pigsa.
j) Ibuhos ang pinaghalong asukal+kape. Patuloy na haluin.

k) Habang tinatakpan ng pinaghalong bahagi ang likod na bahagi ng iyong kutsara, alisin ito sa apoy. Huwag mag-overcook.
l) Ang timpla ay lalong magpapalapot pagkatapos ng paglamig.
m) Consistency ng Panna cotta bago palamigin.
n) Grasa ang mga mangkok ng ramekin ng mantikilya. Ibuhos ang panna cotta sa ramekin o anumang mangkok na salamin at hayaan itong mag-set ng 1-3 oras. Sa agar-agar panna cotta sets mas mabilis. Takpan ang mga ramekin ng plastic wrap upang maiwasan ang pagbuo ng balat sa ibabaw.
o) Maganda ang set ng tiramisu Panna Cotta.
p) Bago ihain - 1. maingat na magpatakbo ng kutsilyo sa kahabaan ng ramekin upang maluwag ang panna cotta. 2. at ilagay ang ramekin sa mainit na tubig para i-flip out ang panna cotta mula sa bowl.
q) Alisin ang ramekin sa isang serving plate. Ang panna cotta ay dapat umiling-iling sa labas ng ramekin.

61. Blue cheese panna cotta na may peras

Gumagawa: 8 servings

MGA INGREDIENTS:
- Langis ng oliba, para sa grasa
- 1 1/2 tasa ng gatas
- 1 1/2 tasa ng manipis na cream
- 1/3 tasa ng caster sugar
- 1 vanilla bean, hatiin
- 80g asul na keso, pinong tinadtad
- 2 tbsp tubig na kumukulo
- 3 tsp pulbos na gelatine
- 2 hinog na peras, hinati, kinagat, hiniwa ng manipis na pahaba, upang ihain

MGA TAGUBILIN

a) I-brush ang walong 125ml (1/2 cup) capacity na metal o plastic na dariole molds na may langis para bahagyang ma-grease. Ilagay sa isang tray. Pagsamahin ang gatas, cream, asukal at vanilla bean sa isang kasirola sa katamtamang init. Magluto, paminsan-minsang pagpapakilos, sa loob ng 10 minuto o hanggang matunaw ang asukal. Alisan sa init.

b) Magdagdag ng asul na keso at haluin hanggang matunaw ang keso. Salain ang timpla sa pamamagitan ng pinong salaan sa isang malaking mangkok na hindi tinatablan ng init.

c) Maglagay ng tubig sa isang maliit na mangkok na hindi tinatablan ng init. Budburan ng gelatine at haluin gamit ang isang tinidor upang alisin ang anumang mga bukol. Itabi ng 3 minuto o hanggang matunaw ang gelatine at maging malinaw ang timpla.

d) Dahan-dahang ihalo ang gelatine sa pinaghalong cream hanggang sa maayos na pinagsama. Sandok na pinaghalong pantay sa mga inihandang hulma. Takpan ng plastic wrap at ilagay sa refrigerator sa loob ng 6 na oras para ma-set.

e) Isawsaw ang mga hulma, 1 sa isang pagkakataon, sa mainit na tubig sa loob ng 1-2 segundo, pagkatapos ay i-on sa mga serving plate. Ihain kasama ng mga hiwa ng peras.

62. Creamy Cream na Keso Panna Cotta

Gumagawa: 6 na servings

MGA INGREDIENTS:
- 100 gramo ng cream cheese
- 100 ML Malakas na cream
- 300 ML ng Gatas
- 50 gramo ng Granulated sugar
- 1 kutsarang lemon juice
- 1 katas ng vanilla
- 2 kutsarang tubig (para sa gelatin)
- 5 gramo ng gelatin na pulbos
- 60 gramo ng Granulated sugar (para sa karamelo)

MGA TAGUBILIN:
a) Gawin ang caramel sauce Hatiin sa 4 na bahagi ang granulated sugar na ginamit para sa caramel.
b) Magdagdag ng 1/4 ng granulated sugar sa isang kaldero, init, at haluin hanggang ito ay maging kayumanggi.
c) Idagdag ang susunod na ikaapat, at sa sandaling maging kayumanggi iyon, idagdag ang susunod. Magpatuloy hanggang sa maidagdag mo ang lahat ng asukal. Kapag nagsimula itong bumula, itigil ang init.
d) Ibuhos sa ramekin habang mainit pa.
e) I-dissolve ang gelatin sa tubig at itabi.
f) Pagsamahin ang cream cheese at granulated sugar at ihalo sa isang cream.
g) Magdagdag ng lemon juice.
h) Idagdag ang kalahati ng gatas sa isang palayok at init bago pakuluan. Idagdag ang gelatin at matunaw.
i) Idagdag ang timpla mula sa paunti-unti, pagkatapos ay idagdag ang natitirang gatas, mabigat na cream, at vanilla extract. Haluin.
j) Ibuhos ang halo mula sa ramekin. Ilagay sa refrigerator para lumamig. Kapag tumigas na, kumpleto na!

NUTTY PANNA COTTA

63. Almond Panna Cotta na may Mocha Sauce

Gumagawa: 6

MGA INGREDIENTS:
- 1 tasa buong blanched almonds, toasted
- ⅔ tasa ng asukal
- 1 sobre na walang lasa ng gulaman
- 2 tasang whipping cream
- ½ tasang gatas
- ⅛ kutsarita ng asin
- Hiniwang mga almendras, inihaw

MOCHA SAUCE
- 4 onsa na tinadtad na bittersweet o semisweet na tsokolate
- ⅔ tasa ng whipping cream
- ¼ tasa ng asukal
- 1 kutsarita instant espresso coffee powder

MGA TAGUBILIN

a) Ilagay ang buong almond sa isang food processor. Takpan at iproseso upang makagawa ng makinis na mantikilya; itabi.

b) Sa isang katamtamang kasirola haluin ang asukal at gulaman. Magdagdag ng cream. Lutuin at haluin sa katamtamang init hanggang matunaw ang gelatin. Alisan sa init. Paghaluin ang almond butter, gatas, at asin. Ibuhos sa anim na 6-ounce na indibidwal na molde, ramekin, o custard cup. Takpan at palamigin sa loob ng 6 hanggang 24 na oras o hanggang itakda.

c) Gamit ang kutsilyo, paluwagin ang panna cotta mula sa mga gilid ng pinggan at i-invert sa anim na dessert plate. Kutsara o ibuhos ang ilan sa Mocha Sauce sa paligid ng panna cotta. Ihain kasama ang natitirang sarsa at, kung ninanais, palamutihan ng hiniwang mga almendras.

MOCHA SAUCE

d) Sa isang maliit na kasirola lutuin at haluin ang tinadtad na bittersweet o semisweet na tsokolate sa mahinang apoy hanggang sa matunaw. Haluin ang whipping cream, asukal, at instant espresso coffee powder o instant coffee crystals.

e) Lutuin at haluin sa katamtamang mababang init mga 3 minuto o hanggang mabula ang gilid. Ihain nang mainit.

64. Cappuccino Panna Cotta na may Hazelnut Syrup

Gumagawa: 6 na servings
MGA INGREDIENTS:
PARA SA PANNA COTTA:
- 3 dahon gelatine
- 450ml solong cream
- 100g icing sugar
- 3 tsp instant coffee granules
- 1 tsp vanilla extract
- 300ml natural-set na yogurt
- isang maliit na bloke ng maitim na tsokolate, para sa pag-ahit

PARA SA SYRUP:
- 75g na asukal sa caster
- 3 kutsarang Frangelico liqueur
- 3 tbsp tinadtad na inihaw na hazelnuts

MGA TAGUBILIN

a) Ibabad ang mga dahon ng gelatin sa malamig na tubig sa loob ng 5 minuto.
b) Ilagay ang cream sa isang kasirola sa katamtamang init at pukawin ang asukal, mga butil ng kape at vanilla extract hanggang sa ganap na matunaw ang kape.
c) Dahan-dahang dalhin sa pigsa, pagpapakilos paminsan-minsan. Alisin mula sa apoy at ihalo ang gelatin hanggang sa matunaw ito.
d) Hayaang lumamig ng 5 minuto bago ihalo ang yoghurt hanggang makinis, gamit ang whisk kung kinakailangan.
e) Ibuhos sa mga greased molds at ilagay sa refrigerator ng mga 2 oras o magdamag kung maaari.
f) Upang gawin ang hazelnut syrup, ilagay ang caster sugar, Frangelico at 50ml na tubig sa isang kasirola sa katamtamang init. Haluin hanggang matunaw ang asukal at pakuluan. Iwanan upang pakuluan para sa mga 3 minuto hanggang bahagyang syrupy, pagkatapos ay palamig.
g) I-on ang set panna cottas sa mga plato. Kung hindi sila madaling lumabas, mag-slide ng isang matalim na kutsilyo sa gilid upang masira ang air seal o saglit na isawsaw ang mga amag sa mainit na tubig.
h) Pukawin ang mga hazelnut sa syrup at pagkatapos ay kutsara sa ibabaw ng panna cottas. Tapusin sa pamamagitan ng pagsasabog sa kanila ng mga pinagkataman ng tsokolate.

65. Pistachio Panna Cotta

Gumagawa: 4

MGA INGREDIENTS:
- 1 lata ng gata ng niyog
- 3 kutsarang asukal
- 3/4 tsp agar-agar
- 1 kutsarang malamig na tubig
- 1/4 tasa ng Pistachio butter
- 1/2 tsp orange blossom water

MGA TAGUBILIN

a) Sa isang maliit na mangkok, ilagay ang kutsara ng malamig na tubig, pagkatapos ay iwiwisik ang agar-agar sa isang layer sa ibabaw. Pahintulutan itong umupo nang ilang minuto habang kinukumpleto mo ang susunod na hakbang.

b) Sa isang medium saucepan, ilagay ang gata ng niyog, asukal at pistachio butter. Paghaluin at painitin hanggang sa matunaw ang lahat at umuusok, ngunit huwag hayaang kumulo.

c) Ibuhos ang isang pares ng mga kutsara ng mainit na gata ng niyog sa mangkok na may agar-agar, at haluing mabuti. Idagdag ito nang dahan-dahan pabalik sa palayok, ihalo sa buong oras. Painitin ng isa pang 5 minuto, hanggang sa umuusok ang gatas, ngunit huwag hayaang kumulo. Haluin ang orange flower water sa dulo.

d) Hatiin sa pagitan ng 4 na ramekin. Palamigin hanggang itakda.

e) Upang alisin ang amag, alisin sa refrigerator at ilagay ang ramekin sa isang mainit na paliguan ng tubig sa loob ng ilang minuto. Magpatakbo ng offset na spatula o butter knife sa paligid ng mga gilid ng panna cotta. Maglagay ng plato sa ibabaw ng panna cotta at baligtarin. Dapat itong dumulas sa plato. Palamutihan ng mga petals ng bulaklak at karagdagang pistachio.

66. Inihaw na Rhubarb at Pistachio Panna Cotta

MGA INGREDIENTS:
- 1/2 pound manipis na tangkay ng rhubarb
- 1/2 tasa ng butil na asukal
- juice ng 1/2 lemon
- 1 vanilla bean, hatiin
- 1/2 tasa tinadtad na pistachios, upang ihain

MGA TAGUBILIN

a) Painitin ang oven sa 375ºF.
b) Hiwain ang rhubarb sa 2-3 pulgadang haba. Ihagis ito sa isang baking dish na may asukal, lemon juice at vanilla bean. Inihaw hanggang malambot at makatas ngunit hindi nalalagas, mga 15-20 minuto.
c) Hayaang lumamig bago ihain.

67. Gata ng Niyog at Nut Panna Cotta

Gumagawa: 10 servings

MGA INGREDIENTS:
- 500 ml gata ng niyog
- 1/2 tasa ng Asukal
- 1 tsp Vanilla essence
- 2-3 tsp Agar-agar flakes o powder
- 1/4 cup cashew nuts na tinadtad na dagdag para sa topping

MGA TAGUBILIN:

a) Una sa lahat, magdagdag ng mga agar-agar strands sa halos kalahating tasa ng tubig. Hayaang magbabad ng 2-3 minuto. Pagkatapos ay pakuluan ito sa mababang init hanggang sa matunaw, pagpapakilos sa mga regular na pagitan.

b) Sa isa pang kawali, pakuluan din ang gata ng niyog sa mahinang apoy. Magdagdag ng asukal at patuloy na haluin para hindi masunog sa ilalim.

c) Kapag ang agar-agar ay ganap na natunaw at naging isang homogenous na solusyon, alisin ito sa apoy at idagdag ito sa kawali na may gatas. Haluing mabuti at idagdag dito ang tinadtad na kasoy. Ngayon ibuhos ito sa isang glass dish o isang baking pan.

d) Ibabaw ng ilan pang kasoy at hayaan itong ilagay sa refrigerator sa loob ng mga 3-4 na oras. Takpan ito ng cling wrap bago palamigin. Pagkatapos ng 3 oras, hiwain ito at ihain nang malamig sa iyong mga mahal sa buhay at kaibigan.

MAANGANG PANNA COTTA

68. Cardamom-Coconut Panna Cotta

MGA INGREDIENTS :
- 1 tasang walang tamis na coconut flakes
- 3 tasang mabigat na cream
- 1 tasang buttermilk
- 4 na berdeng cardamom pods, bahagyang dinurog Pinch kosher salt
- 2 kutsarita ng granulated gelatin
- 1 kutsarang tubig
- ⅓ tasa ng butil na asukal
- kutsarita ng rosas na tubig

MGA TAGUBILIN:

a) Painitin muna ang oven sa 350°. Ikalat ang niyog sa isang sheet pan at ilagay sa oven. Maghurno hanggang sa toasted at ginintuang, mga 5 minuto. Alisin sa oven at itabi.

b) Sa isang katamtamang kasirola na itinakda sa katamtamang init, pagsamahin ang mabigat na cream, buttermilk, cardamom at asin at pakuluan lamang. Alisin ang kawali sa apoy, ilagay ang toasted coconut at itabi ng 1 oras. Salain ang pinaghalong sa pamamagitan ng isang fine-mesh na salaan at itapon ang mga solido.

c) Sa isang medium bowl, pagsamahin ang gelatin at tubig. Itabi ng 5 minuto.

d) Samantala, ibalik ang kasirola sa katamtamang init, idagdag ang asukal at lutuin hanggang matunaw ang asukal, mga 1 minuto. Maingat na ibuhos ang strained cream mixture sa gelatin mixture at whisk hanggang sa matunaw ang gelatin. Paghaluin ang rosas na tubig at hatiin ang timpla sa 8 apat na onsa na ramekin. Ilagay sa refrigerator at palamigin hanggang matigas, hindi bababa sa 2 oras hanggang magdamag

e) Gawin ang mga minatamis na talulot ng rosas: Iguhit ang isang baking sheet na may parchment paper. Sa isang maliit na mangkok, pagsamahin ang asukal at cardamom. Gumamit ng pastry brush para i-brush ang magkabilang gilid ng bawat talulot ng rosas gamit ang puti ng itlog at maingat na isawsaw sa asukal. Itabi upang ganap na matuyo sa parchment paper

f) Ihain ang panna cotta na pinalamig at palamutihan ang bawat serving ng mga rose petals.

69. Cinnamon Panna Cotta na may Spicy Fruit Compote

Gumagawa: 8 servings

PARA SA PANNA COTTA:
- 2 kutsarang peras na brandy
- 2 tsp walang lasa na gulaman
- 2 ½ tasang whipping cream
- ½ tasa na mahigpit na nakabalot ng dark brown na asukal
- 1/8 tsp asin
- 1 tasa ng kulay-gatas
- 1 ½ tsp purong vanilla extract
- 2 tsp ground cinnamon

PARA SA COMPOTE:
- 2 tasang pear nectar
- ¼ tasa na naka-pack na dark brown sugar
- inalis ang zest ng 1 lemon sa mahabang piraso
- 2 cinnamon sticks nahati sa kalahati
- ¼ tsp black peppercorns, basag
- 4 na clove
- 1/8 tsp asin
- 2 hinog ngunit matatag na medium peras, gupitin sa mga cube
- 2 medium baking mansanas, cubed
- ¼ tasa tinadtad na pinatuyong mga aprikot
- ¼ tasa ng tinadtad na prun
- ¼ tasa tinadtad na tuyo na igos
- ¼ tasa ng pinatuyong cranberry
- 2 kutsarang peras na brandy
- 1 kutsarang sariwang lemon juice

GUMAWA NG PANNA COTTA:
a) Ibuhos ang brandy sa isang maliit na mangkok, iwisik ang gelatin sa ibabaw ng brandy at hayaang tumayo ng mga 5 minuto upang mapahina ang gulaman.
b) Samantala, ilagay ang cream, brown sugar, at asin sa isang mabigat, katamtamang kasirola. Init sa katamtamang init,

pagpapakilos, hanggang sa matunaw ang asukal at mainit ang timpla.
c) Idagdag ang pinalambot na gulaman, whisk para matunaw. Haluin ang sour cream, vanilla, at cinnamon hanggang sa maayos at makinis.
d) Sandok o ilipat ang timpla sa isang malaking liquid-measuring cup at ibuhos sa 8 ¾-cup custard cup, ramekin, o maliliit na amag. Maluwag na takpan ng plastic wrap at palamigin ng 4 na oras o hanggang magdamag.
e) Upang alisin ang amag, gupitin ang mga gilid ng bawat panna cotta upang lumuwag. Ilagay ang bawat tasa sa isang mababaw na mangkok ng mainit na tubig sa loob ng 10 segundo. Agad na baligtarin sa isang plato.
f) Kutsara ang bahagyang mainit na compote sa ibabaw o/at sa paligid ng bawat panna cotta at ihain.
g) Kung nais mo, maaari mong laktawan ang proseso ng unmolding, at ihain ang panna cotta mula mismo sa mga ramekin, na nilagyan ito ng compote.

GAWIN ANG COMPOTE:
h) Sa isang malaking mabigat na kasirola pagsamahin ang pear nectar, asukal, lemon zest, pampalasa, at asin. Pakuluan sa katamtamang init, pagpapakilos, hanggang sa matunaw ang asukal.
i) Bawasan ang apoy, idagdag ang mga prutas at kumulo, haluin nang madalas, hanggang ang mga peras at mansanas ay malambot ngunit hawakan pa rin ang kanilang hugis at ang mga pinatuyong prutas ay mabilog, mga 5-8 minuto.
j) Gamit ang isang slotted na kutsara, ilipat ang mga inihaw na prutas sa isang mangkok; siguraduhin na ang mga clove ay naiwan.
k) Bawasan ang poaching liquid sa sobrang init hanggang sa maging syrupy at humigit-kumulang kalahati ng orihinal na volume nito, sa loob ng mga 15 minuto o higit pa. Alisin ang apoy, ihalo ang brandy at lemon juice, at pagkatapos ay salain

sa pamamagitan ng isang pinong salaan papunta mismo sa mangkok na may mga inihaw na prutas.

l) Haluing malumanay upang pagsamahin. Palamigin hanggang bahagya nang uminit bago sandok ang panna cotta.

m) O, ganap na palamig, takpan at palamigin hanggang kinakailangan. Painitin ito nang malumanay bago ihain.

70. Cardamom at Blood Orange Panna Cotta

MGA INGREDIENTS:
BLOOD ORANGE AT CARDAMOM PANNA COTTA:
- 1 1/2 tasa ng almond milk
- 1/2 tasa ng coconut cream
- 1/2 tasa ng sariwang piniga na dugong orange juice
- 1 balutin ang gulaman
- 1/4 tasa ng organic na asukal sa tubo
- 2 kutsarang pulot
- 1 tsp cardamom powder
- 1 tsp vanilla bean paste o 1 tsp vanilla bean extract

BLOOD ORANGE JELLY:
- 1 1/2 tasa + 1/2 tasa ng dugong orange juice, hinati
- 2 sobre ng gelatin
- 1 tsp ng dugo orange zest
- 1/3 tasa ng organic na asukal sa tubo
- 1/4 tsp asin

TOASTED QUINOA CRUMBLE:
- 1/2 tasa ng quinoa
- 3 kutsarang maple syrup o pulot
- 1 kutsarang langis ng niyog
- 1/4 tsp asin
- 1/4 tsp cardamom powder
- 2 kutsarang freeze dried raspberry
- 2 kutsarang toasted pistachios na tinadtad

GARNISH:
- 2 dugong orange na hiwa ay hiniwa sa kalahati

MGA TAGUBILIN
BLOOD ORANGE AT CARDAMOM PANNA COTTA:
a) Sa isang maliit na kasirola, iwisik ang gelatin sa ibabaw ng 1 tasa ng gatas ng almendras sa temperatura ng silid. Hayaang tumayo ng 1 minuto para lumambot. Init ang pinaghalong gelatin sa mababang init hanggang sa matunaw ang gulaman at alisin ang kawali mula sa init.

b) Sa isang malaking kasirola, pagsamahin ang natitirang almond milk, coconut cream, blood orange juice, honey, asukal, cardamom powder, asin, vanilla bean extract at haluin upang kumulo sa katamtamang init. Alisin ang kawali mula sa init pagkatapos ng pigsa at ihalo ang gelatin mixture. Hayaang lumamig.
c) Hatiin ang pinaghalong pantay sa 4 na baso ng alak at hayaan itong umupo sa refrigerator sa loob ng 4 na oras o magdamag.

BLOOD ORANGE JELLY:
d) Magpainit ng 1 1/2 tasa ng dugong orange juice. Paghaluin ang 2 gelatin envelops na may 1/2 cup ng blood orange juice at ihalo sa mainit na juice. Idagdag ang asukal at zest at haluin hanggang sa pagsamahin at ang asukal ay matunaw.
e) Ibuhos ito nang dahan-dahan at pantay-pantay sa 4 na baso at hayaan itong ilagay sa refrigerator.

TOASTED QUINOA CRUMBLE:
f) Painitin ang hurno sa 350 degrees.
g) Sa isang maliit na mangkok, ihagis ang lahat ng sangkap maliban sa mga raspberry, at dahan-dahang ikalat ito sa isang maliit na baking pan. Maghurno sa oven para sa mga 20 minuto. Hayaang lumamig. Hatiin ito sa mga gumuho.

ASSEMBLY:
h) Maglagay ng 1-2 tsp ng toasted quinoa crumble sa bawat baso. Gumuho ang ilang freeze dried raspberry sa itaas, kasama ang ilang tinadtad na pistachio.
i) Magdagdag ng kalahating hiwa ng dugong orange sa ibabaw ng bawat panna cotta na naka-assemble nang maayos. Handa nang ihain at kainin ang mga panna cotta!

71. Jaggery at Coconut Panna Cotta

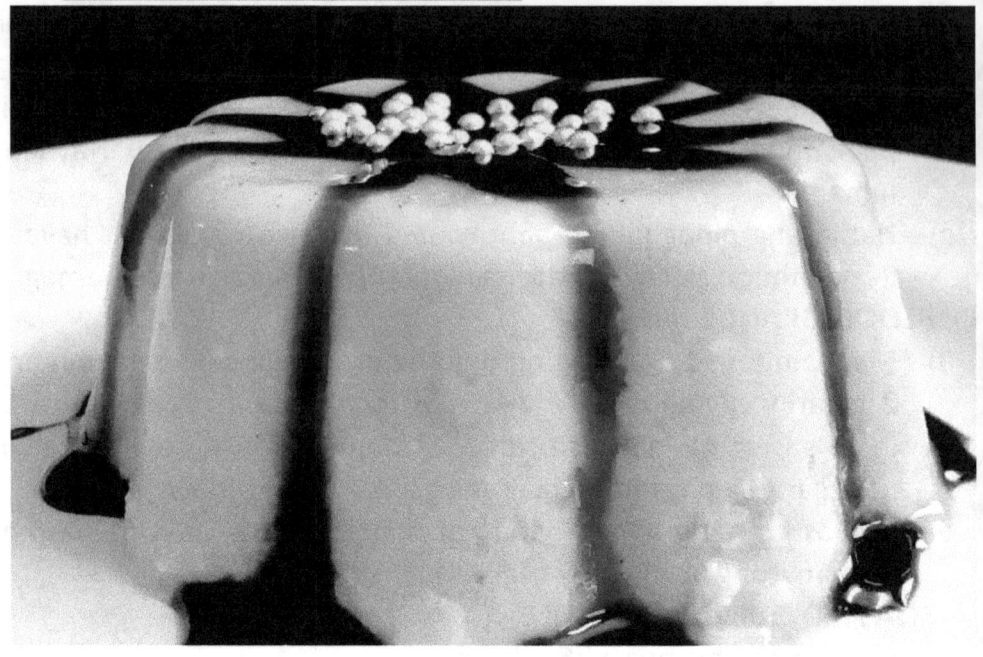

Gumagawa: 6-7 servings

MGA INGREDIENTS:
- 100 gm Jaggery
- 50 ML ng tubig
- 400 ml Gatas ng niyog
- 1 tsp Cinnamon powder
- 3 tbsp coconut flakes (gadgad na niyog)
- 2-3 kutsarang Agar-Agar strands

MGA TAGUBILIN:

a) Sa isang kawali, magdagdag ng tubig, cardamom powder, jaggery at agar-agar strands. Dalhin ito sa isang rolling pigsa at kumulo sa mahinang apoy para sa 5 hanggang 8 minuto hanggang sa ganap na matunaw.

b) Ngayon magdagdag ng gata ng niyog at mga natuklap dito. Haluing mabuti at agad na ibuhos sa mga indibidwal na pudding molds, kulfi molds o isang glass dish.

c) Hayaang mag-set ito ng 2-3 oras sa refrigerator na natatakpan ng mabuti. Ihain ito sa 6-7 maliliit na bahagi bilang panghimagas pagkatapos kumain sa hapunan sa iyong mga mahal sa buhay o sa iyong mga bisita.

d) Ang natutunaw na ito sa bibig, vegetarian panna cotta o puding o flan ay isang divine treat sa iyong tastebuds. Tawagin ito sa anumang pangalan, magiging pareho pa rin ang lasa at mananatili kahit matagal pagkatapos itong matikman. Yum!

72. Cardamom-honey Yoghurt Panna cotta

MGA INGREDIENTS:
- 3 kutsarang gelatin powder
- 500 ML ng gatas
- 100 gm ng caster sugar
- 1 1/2 tbsp cardamom powder
- 200 gm ng yogurt
- 3 tbsp honey+ extra honey para ihain
- 2 kutsarang unsalted butter
- 1 patak ng vanilla essence
- 1/2 hinog na mangga na hiniwa sa maliliit na piraso para sa dekorasyon

MGA TAGUBILIN:

a) Init ang gatas, asukal, cardamom powder sa isang kaldero hanggang sa matunaw ang asukal. Pakuluan, pagkatapos ay magdagdag ng 3 tbsp gelatin powder at pakuluan ang gatas na ito. Patuloy na pagpapakilos sa loob ng 3-4 minuto o hanggang sa ganap itong matunaw.

b) Alisin mula sa init at magdagdag ng 1 patak ng vanilla essence at ihalo ito ng mabuti. At hayaang lumamig ng 15 minuto.

c) Pagkatapos ng 15 minuto haluin ang yoghurt honey at 1/2 tsp cardamom powder sa isang mangkok. Ibuhos sa mil at dahan-dahang haluin at haluing mabuti.

d) Banlawan ang amag ng puding o mangkok na may malamig na tubig, hatiin ang halo sa pagitan ng mga ito habang ang amag o mangkok ay basa pa. Palamigin sa refrigerator sa loob ng 3-4 na oras o magdamag hanggang sa itakda.

e) Kapag handa nang ihain, paluwagin ang gilid ng bawat yoghurt gamit ang kutsilyo, sampung isawsaw ang base sa tubig sa braso ng 5 segundo. Ilabas sa serving plate.

f) Palamutihan ng pistachio at diced na mangga at ibuhos ang kaunting dagdag na pulot para ihain.

HERBED PANNA COTTA

73. Matcha Panna Cotta

Gumagawa: 4 na servings

MGA INGREDIENTS:
- 1/2 tasa ng buong gatas
- 2 tasang mabigat na cream
- 1/4 tasa ng butil na asukal
- 1 kutsarang matcha powder
- 3 sheet ng gulaman
- 1/2 tsp vanilla extract

MGA TAGUBILIN
a) Kung plano mong alisin ang amag ng panna cotta sa mga plato, bahagyang lagyan ng langis ng gulay ang loob ng mga baso at gumamit ng isang tuwalya ng papel upang punasan ang karamihan sa langis, na nag-iiwan lamang ng kaunting nalalabi. Kung hindi, maaari mong iwanan ang mga ito na walang patong.
b) Ibabad ang gelatin sheet sa malamig na tubig hanggang malambot. Itabi.
c) Sa isang katamtamang kasirola, init ng gatas, mabigat na cream, asukal, at pulbos ng matcha hanggang kumulo. Alisin mula sa init.
d) Pisilin ang gelatin upang alisin ang anumang labis na tubig at idagdag ito sa kawali, patuloy na pagpapakilos hanggang sa matunaw ang gulaman. Ihalo ang vanilla extract.
e) Salain ang pinaghalong sa pamamagitan ng isang pinong salaan at ibuhos nang pantay-pantay sa mga inihandang hulma. Palamigin hanggang itakda nang hindi bababa sa 4 na oras o magdamag.
f) Upang alisin sa amag, isawsaw ang ilalim ng amag sa isang palayok ng mainit na tubig sa loob ng 5 segundo upang lumuwag ang panna cotta. I-slide ang isang kutsilyo sa gilid, pagkatapos ay maingat na ibalik ito sa isang serving plate.
g) Pinakamainam na ihain sa malamig na may ilang mga pana-panahong prutas.

74. Lemongrass Basil Seeds Pannacotta With Jamun Sauce

MGA INGREDIENTS :
PARA SA LEMON GRASS PANNACOTTA:
- 3 tasang makapal na cream
- 1 Tasang Gatas
- ¼ Cup Lemon Grass Stalk, tinadtad nang magaspang
- 4-5 Tbsp ng asukal
- 1 tasang binabad na buto ng Basil
- ½ tsp, Vanilla Essence
- 14 gramo, walang lasa ng gulaman
- ¼ tasa, tubig

PARA SA SAUCE:
- 1 ½ tasa, Deseeded Jamun Pulp
- ½ tasa, Asukal
- ½ tasa, Tubig
- 1 tsp, Lemon Zest
- 1 tsp, lemon juice

MGA TAGUBILIN

a) Sa isang mabigat na ilalim na kawali, ilagay ang cream at gatas at init sa katamtamang apoy siguraduhin na hindi ito kumulo, pinainit lamang.
b) Patayin ang apoy, ilagay ang tinadtad na lemon grass, vanilla essence at haluing mabuti. Takpan ng takip at itabi sa loob ng 30 minuto.
c) Sa isa pang kawali, ilagay ang pureed jamun, lemon zest, lemon juice, asukal at tubig. Pakuluan ito at hayaang kumulo hanggang lumapot ang sarsa at magkaroon ng makintab na texture. Kung mas gusto mo ang sauce na medyo manipis, maaari kang magdagdag ng tubig. Kapag tapos na, patayin ang apoy at hayaan itong ganap na lumamig.
d) Sa isang mangkok, iwisik ang gelatin sa ilang kutsarang tubig at hayaang mamukadkad ito ng mga 5 minuto.
e) Salain ang Pannacotta cream, itapon ang tangkay ng tanglad at ibuhos muli sa kawali at painitin, hindi dapat kumulo.

Magdagdag ng asukal at gelatine. Haluin hanggang maghalo ng mabuti ang gelatine.
f) Ibuhos ang Pannacotta sa mga baso ng paghahatid, idagdag ang mga buto ng basil sa bawat baso at palamigin hanggang sa ito ay matuyo.
g) Ibabaw sa jamun sauce at basil seeds.
h) Ihain ang Malamig.

75. Basil Panna Cotta na may Rosé-Poached Apricots

Gumagawa: 4

MGA INGREDIENTS:
- 1 1/2 tasa mabigat na cream
- 1/2 tasa dahon ng basil, hugasan at tuyo
- 1 c. asukal, hinati
- 1/2 vanilla bean
- 1/2 tasa ng gatas
- 1 1/2 tsp gelatin
- 3/4 tasa ng rosé wine
- 4 na sariwang aprikot, hinati at inalis ang mga hukay

MGA TAGUBILIN

a) Idagdag ang mabibigat na cream, basil, at 1/4 tasa ng asukal sa isang maliit na kasirola. Hatiin ang vanilla bean nang pahaba at i-scrape ang mga buto sa cream gamit ang isang maliit na kutsara, pagkatapos ay idagdag din ang vanilla bean pod sa cream. Init ang cream sa katamtamang init, dahan-dahang pagpapakilos upang matunaw ang asukal, hanggang sa kumulo ang cream. Alisin mula sa apoy at hayaang umupo ng 15 minuto, pagkatapos ay salain ang cream sa pamamagitan ng isang pinong mesh strainer sa isang mangkok. Takpan ng plastic wrap at palamigin hanggang lumamig, hindi bababa sa 30 minuto. Itapon ang basil.

b) Idagdag ang gatas sa isang maliit na kasirola at iwiwisik ang gelatin sa ibabaw ng gatas. Haluing malumanay upang pagsamahin. Hayaang umupo ang gelatin ng 10 minuto upang mag-hydrate, pagkatapos ay painitin sa katamtamang mababang init hanggang sa matunaw ang gelatin, na dapat tumagal ng mga 90 segundo hanggang 2 minuto. Alisin mula sa apoy, whisk upang pagsamahin, pagkatapos ay ibuhos sa pinalamig na basil-infused cream. Talunin ang pinaghalong para sa 1 minuto upang ganap na pagsamahin at upang simulan upang palamigin ang gulaman, pagkatapos ay hatiin ang timpla sa pagitan ng apat na ramekin o baso, takpan ang bawat isa ng

plastic wrap, at palamigin hanggang sa matigas, hindi bababa sa dalawang oras.
c) Para sa mga aprikot: idagdag ang natitirang 3/4 c. ng asukal at ang rosé sa isang maliit na kasirola. Dalhin sa isang kumulo, pagkatapos ay dahan-dahang ilagay ang mga kalahati ng aprikot sa palayok, ilubog sa kumukulong likido. Hayaang kumulo hanggang malambot, mga 3-4 minuto, pagkatapos ay alisin gamit ang isang slotted na kutsara sa isang mangkok. Patuloy na kumulo ang likido hanggang sa ito ay mabawasan ng kalahati at bahagyang syrupy, mga 10-15 minuto. Alisin mula sa init at ibuhos sa mga aprikot. Takpan ang mga aprikot at syrup at palamigin hanggang lumamig.
d) Ihain ang bawat panna cotta na may isa o dalawang apricot halves at ilang kutsarang syrup na ibinuhos sa ibabaw. Ihain nang malamig.

76. Pistachio at Basil Panna Cotta

4 na servings

MGA INGREDIENTS:
- 1 tasang mabigat na cream
- 1/4 tasa sariwang basil, tinadtad
- 1/4 tasa blanched at pureed pistachios
- 1/2 tasa ng asukal
- 3/4 tasa ng gatas
- 3 tsp pulbos na gulaman
- 2-3 patak ng pistachio essence (opsyonal)

MGA TAGUBILIN:
a) Pagsamahin ang cream, basil, pistachio puree at asukal, sa isang kasirola at ilagay ito sa apoy.
b) Una, pakuluan at hayaang kumulo ng 5 minuto. Alisin mula sa init at hayaang matarik ang timpla sa loob ng 15 minuto.
c) Ibuhos sa isang fine-mesh sieve o muslin cloth, sa isang mangkok upang alisin ang mga solido.
d) Sa isa pang kasirola, ibuhos ang 1/2 tasa ng gatas at hayaan itong uminit. Alisin mula sa init, magdagdag ng pulbos na gulaman at hayaan itong umupo ng ilang minuto. Ibalik ito sa init at hayaang kumulo ang gatas ng 2 minuto.
e) Paghaluin ang gulaman at pinaghalong gatas sa pinaghalong cream na inihanda noon at haluing mabuti.
f) Bahagyang grasa ang mga amag.
g) Ibuhos ang timpla sa mga molde at palamigin hanggang sa lumamig at maitakda. Aabutin ito ng mga 3-4 na oras.
h) Alisin ang amag sa plato o ilagay ito sa mismong hulma. Palamutihan ng tinadtad na pistachios o ng iyong mga paboritong sariwang berry o compote.

77. Saffron Pistachio Panna Cotta

Gumagawa: 2 servings

MGA INGREDIENTS:
- 2 kutsarang Soft paneer o gawang bahay na cottage cheese
- 2 kutsarita ng Asukal
- 2 kutsarang Gatas
- 1 kutsarang Cream
- 1 kurot Saffron
- Agar-agar powder - isang malaking kurot
- 2 kutsarita ng Pistachio
- 1 kurot na Cardamom powder

MGA TAGUBILIN:
a) Mash soft paneer at sugar powder hanggang makinis.
b) Pakuluan ang 2 kutsarang gatas at 1 kutsarang cream at isang kurot ng Saffron nang magkasama.
c) Magdagdag ng isang malaking kurot ng agar agar powder.
d) Haluin hanggang makinis.
e) Magdagdag ng paneer mix, cardamom powder at tinadtad na pistachio. Haluing mabuti.
f) Sa isang greased mold magdagdag ng 1/4 kutsarita tinadtad na pistachio. Ibuhos ang panna cotta mix.
g) Palamigin ng 2 oras sa refrigerator.
h) Alisin at ihain. Magdagdag ng ilang syrup na gusto mo at mga prutas sa itaas.
i) Maaari mong ayusin ang asukal ayon sa panlasa.

FLORAL PANNA COTTA

78. Elderflower panna cotta na may mga strawberry

Gumagawa: 6

MGA INGREDIENTS:
- 500ml dobleng cream
- 450ml full-fat na gatas
- 10 malalaking ulo ng elderflower, mga bulaklak na kinuha
- 1 vanilla pod, mga buto ay na-scrap out
- 5 dahon ng gelatine
- 85g gintong asukal sa caster

PARA SA GUGURO
- 75g mantikilya, dagdag pa para sa pagpapadulas
- 75g plain na harina
- 50g gintong asukal sa caster
- 25g ground almonds

MAGLINGKOD
- 250g punnet strawberries, pinutol ang mga tuktok
- 1 kutsarang ginintuang caster sugar
- ilang piniling elderflower, para palamutihan

MGA TAGUBILIN

a) Ilagay ang cream, gatas, bulaklak, vanilla pod at mga buto sa isang kawali na itinakda sa mahinang apoy. Sa sandaling magsimulang kumulo ang likido, alisin mula sa apoy at iwanan upang ganap na lumamig.

b) Samantala, para sa crumble, ilagay ang mantikilya sa isang maliit na kawali at init ng dahan-dahan hanggang sa ito ay maging malalim na kayumanggi at amoy nutty. Ibuhos sa isang mangkok at hayaang lumamig sa temperatura ng kuwarto hanggang sa matibay.

c) Kapag lumamig na ang cream mixture, lagyan ng grasa ang loob ng anim na 150ml na dariole molds. Ibabad ang dahon ng gelatin sa malamig na tubig sa loob ng 10 minuto. Salain ang pinalamig na pinaghalong cream sa pamamagitan ng isang salaan sa isang malinis na kawali, itapon ang mga elderflower at vanilla pod. Ilagay ang asukal at haluin para matunaw. Ilagay sa mahinang apoy at ibalik sa kumulo, pagkatapos ay ibuhos sa isang malaking pitsel. Pigain ang anumang labis na likido mula sa gelatine at ihalo sa mainit na cream hanggang matunaw. Patuloy na haluin hanggang ang timpla ay lumamig at bahagyang lumapot, upang ang lahat ng buto ng vanilla ay hindi lumubog sa ilalim. Ibuhos sa mga hulma at palamigin nang hindi bababa sa 4 na oras. hanggang set.

d) Painitin ang hurno sa 180C/160C fan/gas 4. Kuskusin ang browned butter sa harina, pagkatapos ay haluin ang asukal at mga almendras. Ikalat sa isang tray na nilagyan ng baking parchment. Maghurno para sa 25-30 minuto hanggang sa ginintuang, pagpapakilos ng ilang beses. Iwanan upang lumamig.

e) Hiwain ang mga strawberry, pagkatapos ay ihalo sa asukal at 1 tsp ng tubig. Itabi para macerate ng 20 mins.

f) Ilabas ang mga panna cotta sa mga plato at itaas ang mga strawberry at ang mga katas nito. Iwiwisik ang ilan sa crumble, ihain ang anumang dagdag sa isang mangkok sa gilid, pagkatapos ay palamutihan ng ilang elderflower.

79. Lavender Panna Cotta na may Lemon Syrup

Gumagawa: 4 Servings

MGA INGREDIENTS:
PARA SA LAVENDER PANNA COTTA:
- 1/4 tasa ng tubig
- 1 sobre gelatine
- 1-3/4 tasa mabigat na cream
- 1 tasang buong gatas
- 1/3 tasa ng asukal
- 1-1/2 kutsarang pinatuyong lavender buds

PARA SA LEMON SYRUP:
- 1/2 tasa ng sariwang kinatas na lemon juice
- 1 tasang asukal

MGA TAGUBILIN
PARA SA LAVENDER PANNA COTTA:
a) Bahagyang balutin ang apat, 6 na onsa na custard dish na may non-stick oil at reserba.
b) Sa isang maliit na ulam, idagdag ang tubig at budburan ng gulaman at hayaang umupo ng 5-10 minuto upang mamukadkad.
c) Idagdag ang cream, gatas at asukal sa isang maliit na kasirola. Init sa katamtamang init halos hanggang sa kumulo, haluin upang matunaw ang asukal. Alisin mula sa init; haluin ang lavender buds at takpan. Hayaang tumayo at pakuluan ng 10 minuto.
d) Ilagay ang ulam ng gulaman sa microwave at i-zap ng sampung segundo hanggang maging manipis na syrup. Idagdag ang gelatin sa pinaghalong cream, haluing mabuti upang pagsamahin.
e) Ibuhos ang pinaghalong sa pamamagitan ng isang fine-mesh strainer sa isa pang mangkok, itapon ang mga lavender buds. Hayaang lumamig hanggang maligamgam ang timpla.

f) Haluin ang timpla at ibuhos sa apat na 6-ounce na custard dish o molds. Ilipat sa refrigerator at palamigin ng 2-4 na oras o magdamag hanggang sa maging matatag.

PARA SA LEMON SYRUP:

g) Sa isang maliit na kasirola, ilagay sa katamtamang init, pagsamahin ang lemon juice at asukal. Pakuluan, bawasan ang apoy sa mahina at kumulo ng 10 minuto upang bahagyang mabawasan.

h) Alisin mula sa apoy at hayaang lumamig bago idagdag sa isang may takip na garapon, pagkatapos ay palamigin hanggang handa nang gamitin. Ang syrup ay magpapalapot kapag lumamig.

i) Upang Ihain ang Panna Cotta na may Lemon Syrup:

j) Upang palabasin ang set na panna cotta, magpatakbo ng kutsilyo sa paligid ng panloob na gilid ng naka-gel na panna cotta. Paggawa gamit ang isang ulam sa isang pagkakataon, ilagay ang ulam sa maligamgam na tubig sa loob ng 10 segundo.

k) Iangat mula sa tubig at gamit ang basang mga daliri, dahan-dahang hilahin ang gulaman palayo sa gilid ng amag. Takpan ng basa-basa na serving plate. I-flip ang plato at maingat na alisin ang ulam.

l) Ilagay ang moistened serving plate sa ibabaw ng amag. Dahan-dahang alisin ang amag at ibuhos ang lemon syrup sa itaas.

m) Hatiin ang ilang sariwang lavender blooms at ikalat sa syrup. Palamutihan ang bawat serving ng lavender blooms

80. Butterfly Pea Infused Panna Cotta

Gumagawa: 4 Servings

MGA INGREDIENTS:
- 1/2 tasa ng buong gatas
- 2 tasang mabigat na cream
- 1/4 tasa ng butil na asukal
- 3 sheet ng gulaman
- 2 kutsarang pinatuyong bulaklak ng butterfly pea
- 1/2 tsp vanilla extract

MGA TAGUBILIN

a) Kung plano mong alisin ang amag ng panna cotta sa mga plato, bahagyang lagyan ng langis ng gulay ang loob ng mga baso at gumamit ng isang tuwalya ng papel upang punasan ang karamihan sa langis, na nag-iiwan lamang ng kaunting nalalabi. Kung hindi, maaari mong iwanan ang mga ito na walang patong.

b) Ibabad ang gelatin sheet sa malamig na tubig hanggang malambot. Itabi.

c) Sa isang katamtamang kasirola, init ng gatas, mabigat na cream, at asukal hanggang kumulo, ngunit huwag kumulo.

d) Alisin mula sa init.

e) Pisilin ang gelatin upang alisin ang anumang labis na tubig at idagdag ito sa kawali, patuloy na pagpapakilos hanggang sa matunaw ang gulaman.

f) Magdagdag ng vanilla extract at pinatuyong bulaklak ng butterfly pea. Hayaang matarik ang timpla ng 15 minuto o hanggang sa maging asul ang timpla.

g) Salain ang pinaghalong sa pamamagitan ng isang pinong salaan at ibuhos nang pantay-pantay sa mga inihandang hulma. Palamigin hanggang itakda nang hindi bababa sa 4 na oras o magdamag.

h) Upang alisin sa amag, isawsaw ang ilalim ng amag sa isang palayok ng mainit na tubig sa loob ng 5 segundo upang lumuwag ang panna cotta. I-slide ang isang kutsilyo sa gilid, pagkatapos ay maingat na ibalik ito sa isang serving plate.

i) Pinakamainam na ihain nang malamig.

81. Vanilla Coconut Panna Cotta na May Hibiscus Berry Sauce

Gumagawa: 2 malalaking servings

VANILLA COCONUT PANNA COTTA:
- 1 pakete ng granulated gelatin
- 3/4 tasa ng gata ng niyog
- 1 tasang coconut cream
- 1 tasang mabigat na cream
- 2 kutsarang asukal sa pulbos
- 1/2 kutsarita vanilla bean paste

HIBISCUS BERRY SAUCE
- 1/2 tasa sariwa o frozen na halo-halong berries
- 4 na tuyong bulaklak ng hibiscus
- 1/4 tablespoons powdered sugar

MGA TAGUBILIN
VANILLA COCONUT PANNA COTTA:
a) Maghanda ng apat na 4 na onsa o mas malalaking ramekin, molde o baso sa pamamagitan ng bahagyang pagpapahid ng langis ng niyog o langis ng gulay. Maaari mong laktawan ang hakbang na ito kung hindi mo ilalagay sa molde ang panna cotta. Gumamit ako ng 4 na French wine glass bilang aking mga hulma. ngunit maaari mong madaling iwanan ito sa baso para sa paghahatid.
b) Sa isang maliit na mangkok, iwisik ang gelatin sa 3 kutsara ng malamig na tubig. Haluin at hayaang lumambot.
c) Sa isang maliit na sauce pan sa katamtamang apoy, initin ang gata ng niyog at cream hanggang sa magsimula na itong bumula sa mga gilid. Ibaba ang apoy at idagdag ang pinalambot na gulaman, paghahalo hanggang sa ganap na matunaw.
d) Alisin ang kawali mula sa apoy at maghanda ng isang malaking mangkok na may tubig na yelo. Salain ang pinaghalong gelatin ng niyog sa isang bahagyang mas maliit na mangkok at ilagay ang mangkok na iyon sa tubig ng yelo. Dahan-dahang simutin ang mangkok gamit ang isang rubber spatula at ihalo hanggang

sa lumamig ang pinaghalong at magsimulang lumapot. Kung ang timpla ay nagsimulang magtakda, alisin ito kaagad.

e) Ibuhos ang tubig ng yelo mula sa malaking mangkok at punasan ng malinis. Ilagay ang mabibigat na cream sa mangkok at ihalo ang asukal sa pulbos hanggang sa matunaw. Dahan-dahang idagdag ang coconut gelatin hanggang sa ganap na halo-halong. Subukang huwag ihalo nang masigla upang maiwasan ang pagbuo ng mga bula ng hangin.

f) Ibuhos ang timpla sa iyong inihanda na mga ramekin, baso o molds. Ilagay sa refrigerator ng hindi bababa sa 4 na oras o hanggang sa itakda.

g) Upang alisin ang amag ng iyong panna cotta, patakbuhin ang mga gilid ng iyong amag sa ilalim ng maligamgam na tubig hanggang sa magsimula itong lumuwag. Gamitin ang iyong daliri upang dahan-dahang hilahin ang panna cotta mula sa gilid. Pagkatapos, i-invert sa iyong serving dish.

HIBISCUS BERRY SAUCE:

h) Sa isang maliit na kawali sa katamtamang init, paghaluin ang 1 tasa ng tubig na may pulbos na asukal. Pakuluan at hayaang kumulo ng 1 minuto. Alisin mula sa apoy at idagdag ang mga bulaklak ng hibiscus. Itabi at hayaang matarik ng 30 minuto.

i) Alisin ang mga bulaklak ng hibiscus sa syrup at itapon o ireserba para sa dekorasyon. Idagdag ang mga berry sa kawali at ilagay muli sa kalan at init sa medium high.

j) Pakuluan at lutuin hanggang bahagyang lumapot. kung gumagamit ng mga frozen na berry subukang huwag masyadong pukawin ang hiwa ng mga berry o magreserba ng 1/4 ng mga berry na idaragdag pagkatapos magsimulang lumapot ang sarsa.

k) Palamigin ang sarsa at palamigin nang hindi bababa sa 2 oras bago ihain.

82. Blueberry at Lilac Syrup Panna Cotta

Gumagawa ng: 2 Panna Cottas

MGA INGREDIENTS:
PARA SA LILAC SYRUP
- 1 tasa ng lilac na bulaklak
- 240 g puting asukal
- 250 ML ng tubig

PARA SA PANNA COTTA
- 3 gramo ng gelatin sheet
- 200 ML cream full cream
- 80 gramo ng mga blueberry
- 30 gramo ng lilac syrup
- 40 gramo ng puting asukal

PARA SA BLUEBERRY COULIS
- 100 gramo ng sariwang blueberries
- 30 gramo ng puting asukal
- 10 ML lemon juice

PARA SA WHITE CHOCOLATE GANACHE
- 60 gramo ng buong cream
- 100 gramo ng puting tsokolate

PARA SA PLATING
- 5-8 blueberries bawat plato
- Isang maliit na dakot ng lilac na bulaklak

PARA SA LILAC SYRUP
a) Alisin ang mga indibidwal na lilac na bulaklak mula sa kanilang tangkay. Siguraduhing kunin lamang ang mga lilang bulaklak, itapon ang lahat ng kayumangging bulaklak at berdeng tangkay. Hugasan ang mga bulaklak ng lilac.
b) Ilagay ang mga bulaklak, asukal at tubig sa isang kasirola. Sa katamtamang init, dalhin sa isang kumulo at patuloy na kumulo sa loob ng 10 minuto. Alisin sa init at salain sa pamamagitan ng wire strainer. Gamitin ang likod ng isang metal na kutsara upang itulak ang mas maraming kulay at lasa sa mga bulaklak hangga't maaari.

c) Hayaang lumamig ang syrup sa temperatura ng kuwarto pagkatapos ay palamigin. Maaaring gawin ng isang linggo nang maaga.

PARA SA PANNA COTTA

d) Ilagay ang gelatin sheet sa sapat na malamig na tubig upang takpan ang mga sheet. Kung hindi mo pa nagagamit ang mga ito noon, huwag mag-alala tungkol sa pagkatunaw ng mga gelatin sheet, magkakadikit sila bilang isang sheet sa malamig na tubig ngunit magiging floppy.

e) Ilagay ang cream, blueberries, lilac syrup at asukal sa isang kasirola. Sa katamtamang init dalhin sa halos kumulo. Kapag nagsimula kang makakita ng mga bula, alisin mula sa init at haluin gamit ang isang stick blender hanggang makinis. Ibalik sa katamtamang init at dalhin sa isang kumulo. Alisan sa init.

f) Kumuha ng gelatin sheet mula sa tubig at iwaksi ang labis na tubig. Idagdag sa mainit na cream at dahan-dahang haluin hanggang sa matunaw at maayos na maisama.

g) Salain ang panna cotta mixture sa pamamagitan ng wire strainer. Ibuhos sa mga hulma at palamig sa temperatura ng silid na walang takip. Aabutin ito ng hindi bababa sa isang oras. Kapag nasa temperatura ng silid, takpan at ilagay sa refrigerator magdamag. Maaaring gawin ng ilang araw nang maaga.

PARA SA BLUEBERRY COULIS

h) Gawin ang blueberry couli sa araw ng paghahatid. Magdagdag ng mga blueberries, asukal at lemon juice sa isang kasirola at haluin gamit ang isang stick blender hanggang makinis. Sa katamtamang init, pakuluan at kumulo hanggang sa lumapot ang couli. Katulad ng pagkakapare-pareho ng tradisyonal na jam ngunit hindi tuyo.

i) Itabi at hayaang lumamig sa temperatura ng kuwarto.

PARA SA GANACHE

j) I-chop ang tsokolate sa maliliit na piraso o shavings at ilagay sa malinis na mangkok. Itabi.

k) Ilagay ang cream sa isang maliit na kasirola. Sa katamtamang init, dalhin sa isang kumulo. Huwag alisin ang iyong mga mata dito. Ang cream ay madalas na kumulo nang napakabilis. Alisin mula sa init at ihalo ito sa puting tsokolate. Panatilihin ang whisking hanggang sa ganap na matunaw ang tsokolate at magkaroon ka ng makinis na ganache. Ibuhos sa isang maliit na sisidlan ng pagbuhos. Ang mga indibidwal na sasakyang pandagat sa bawat bisita ay maalalahanin ngunit kung nasa isang pinagsasaluhang sisidlan, ang pakikipaglaban sa natitirang ganache ay maaaring maging masaya.

l) Sa mga tuntunin ng oras sa panahon ng kainan, gawin ang ganache na mas malapit hangga't maaari sa paghahatid. Inilagay ko ang kasirola na may cream sa refrigerator at iniiwan ko ang ahit na tsokolate sa mangkok sa temperatura ng silid na handa at naghihintay. Kapag natapos na ang pangunahing kurso, mabilis akong gumawa ng ganache at ibuhos ito sa sisidlan ng paghahatid. Tapos nag-plate ako ng panna cotta.

PLATING

m) Siguraduhin na ang iyong mga kagamitan, plato at lahat ng sangkap ay malamig sa temperatura ng silid. Ang paglalagay ng anumang mainit sa o sa ilalim ng panna cotta ay matutunaw ito. Hugasan ang mga sariwang lilac na bulaklak at blueberries at ilagay ang mga ito sa isang tuwalya upang matuyo.

n) Upang alisin ang panna cotta mula sa mga hulma, kumuha ng matalim na kutsilyo. Hawakan ang panna cotta sa gilid nito, ilagay ang dulo ng kutsilyo sa pagitan ng loob ng molde at ng panna cotta. Itulak ang kutsilyo sa dahan-dahang pag-iingat na hindi mabutas ang panna cotta. Ang bigat ng panna cotta ay magsisimulang hilahin ito palayo sa mga gilid ng amag, hayaang tulungan ka ng gravity. Kapag nagsimula na itong matuklap, unti-unting pagulungin ang amag hanggang sa tuluyan itong matuklap mula sa mga gilid. Patuloy na hawakan ang amag sa gilid nito.

o) Ilagay ang plato sa bukana ng amag habang nasa gilid pa rin nito, eksakto kung saan mo gustong ilagay ang panna cotta sa plato pagkatapos ay baligtarin ang amag kasama ang plato sa ilalim. Tulad ng gagawin mong halaya. Kung nahihirapan kang ilabas ang mga ito, maaari mong mabilis na isawsaw ang ilalim ng amag sa napakainit na tubig, mag-ingat na huwag pasukin ang anumang tubig sa panna cotta.

p) Gamit ang isang maliit na kutsara, ilagay ang ilan sa mga couli sa ibabaw ng bawat panna cotta. Gamit ang likod ng kutsara, maingat na ikalat ang couli sa gilid ng panna cotta.

q) Palamutihan ang bawat plato ng mga blueberry at bulaklak. Madalas kong hinihiwa ang pangatlo sa ibaba ng isa sa mga blueberry upang magmukhang nakalubog ito sa tuktok ng panna cotta.

r) Huwag kalimutang ilagay ang ganache sa mesa!

83. Honey Chamomile Panna Cotta

Gumagawa: 4 na servings

MGA INGREDIENTS:
- 1/2 tasa ng buong gatas
- 2 tasang mabigat na cream
- 1/4 tasa ng butil na asukal
- 3 sheet ng gulaman
- 1/2 tsp vanilla extract
- 1 tasa ng pinatuyong bulaklak ng chamomile
- honey, para sa topping

MGA TAGUBILIN

a) Kung plano mong alisin ang amag ng panna cotta sa mga plato, bahagyang lagyan ng langis ng gulay ang loob ng mga baso at gumamit ng isang tuwalya ng papel upang punasan ang karamihan sa langis, na nag-iiwan lamang ng kaunting nalalabi. Kung hindi, maaari mong iwanan ang mga ito na walang patong.

b) Ibabad ang gelatin sheet sa malamig na tubig hanggang malambot. Itabi.

c) Sa isang katamtamang kasirola, init ng gatas, mabigat na cream, at asukal hanggang kumulo.

d) Alisin mula sa init.

e) Pisilin ang gelatin upang alisin ang anumang labis na tubig at idagdag ito sa kawali, patuloy na pagpapakilos hanggang sa matunaw ang gulaman.

f) Magdagdag ng vanilla extract at pinatuyong bulaklak ng chamomile. Pahintulutan ang pinaghalong matarik sa loob ng 10-15 minuto.

g) Salain ang pinaghalong sa pamamagitan ng isang pinong salaan at ibuhos nang pantay-pantay sa mga inihandang hulma. Palamigin hanggang itakda nang hindi bababa sa 4 na oras o magdamag.

h) Upang alisin sa amag, isawsaw ang ilalim ng amag sa isang palayok ng mainit na tubig sa loob ng 5 segundo upang lumuwag ang panna cotta. I-slide ang isang kutsilyo sa gilid, pagkatapos ay maingat na ibalik ito sa isang serving plate.

84. Rose yogurt panna cotta

Gumagawa: 2 servings

MGA INGREDIENTS:
- 1/2 tasa ng sariwang cream
- 1/2 tasa ng yogurt
- 1 kutsarang asukal
- 3 kutsara ng rose syrup
- 1/4 tsp kulay ng rosas
- 1.5 tsp agar agar
- 1 kutsarang tubig
- Few Drops Rose Essence
- Pistachios

MGA TAGUBILIN:

a) Sa isang malaking mangkok ihalo ang yogurt, 1 tbsp cream, Rose syrup at Rose essence, haluin hanggang sa maayos at makinis.

b) Sa isang maliit na mangkok, haluin ang Agar powder sa maligamgam na tubig hanggang sa pinagsama.

c) Sa isang maliit na kawali o kasirola painitin ang natitirang cream at asukal sa mababa hanggang katamtamang apoy, madalas na hinahalo. Kapag natunaw na ang asukal, idagdag ang agar powder mixture at ipagpatuloy ang paghahalo hanggang ang timpla ay mainit at kumulo ngunit hindi kumukulo. Aabutin ito ng humigit-kumulang 1-2 minuto. Siguraduhing hindi pakuluan ang halo na ito.

d) Ngayon ibuhos ang halo na ito sa pinaghalong yogurt at haluin hanggang sa maayos na pinagsama. Kakailanganin mong gawin ito nang mas mabilis dahil magsisimula nang magtakda ang agar.

e) Hatiin ang Panna cotta mixture na ito sa mga greased o silicone na mangkok at palamigin sa refrigerator hanggang sa itakda o hindi bababa sa 4 na oras.

f) I-de-mould ang Rose Yogurt Panna Cotta mula sa mga ramekin at ihain kasama ng tinadtad na pistachio sa itaas.

85. Gulab Panna Cotta

MGA INGREDIENTS:
- 2 tasang sariwang cream
- 1/4 tasa ng rose syrup
- 2 1/2 tsp agar agar gelatin
- 1/4 tasa ng asukal sa pulbos
- bilang kinakailangan Falooda para sa paghahatid
- Kung kinakailangan, Sweet rose cream para sa dekorasyon
- kung kinakailangan Maliit na jelly cubes para sa dekorasyon
- 8-10 sariwang rose petals
- 1/2 tasa ng asukal
- 1/2 tsp likidong glucose

MGA TAGUBILIN:

a) Kumuha ng isang kutsarang tubig sa isang mangkok. Magdagdag ng gelatin at itabi upang mamukadkad. Init ang cream sa isang nonstick pan at pakuluan. Magdagdag ng powdered sugar at haluing mabuti. Init ang namumulaklak na gelatin sa microwave sa loob ng 30 segundo at idagdag sa cream, haluing mabuti at lutuin hanggang sa tuluyang matunaw ang gelatin.

b) Salain ang pinaghalong sa isa pang mangkok magdagdag ng rose syrup at haluing mabuti. Ibuhos ang timpla sa isang glass baking dish. Palamigin ng 2-3 oras o hanggang itakda.

c) Para maging malutong ang rosas, magpainit ng non-stick na kawali magdagdag ng asukal at kaunting tubig at hayaang matunaw ang asukal, tinadtad ang mga talulot ng rosas. Magdagdag ng likidong glucose sa kawali at haluing mabuti. Magdagdag ng tinadtad na petals ng rosas at ihalo. Ibuhos ang pinaghalong sa isang silicon mat, ikalat at palamig ito hanggang sa matuyo.

d) Gupitin ang pannacotta sa mga roundel gamit ang isang medium size na cookie cutter at demold.

e) Ilagay ang mga pannacotta roundels sa isang mababaw na serving platter at maglagay ng mga marupok na piraso sa mga gilid, magreserba ng ilan para sa garnish. Lagyan ng baha ang isang bahagi ng pannacotta, palamutihan ng ilang malutong na piraso at lagyan ng kaunting rose syrup sa ibabaw palamutihan ng matamis na rosas na cream, rose jelly, makulay na bulaklak na nakakain, mga talulot at ihain kaagad.

86. Ginger Rose panna-cotta

Gumagawa: 4 na servings

MGA INGREDIENTS:
- 1 tasang Gatas
- 1/2 tasa ng Cream
- 1/4cup Asukal o ayon sa panlasa
- 1/4cup Ginger tinadtad
- 1 tsp Rose Essence
- Kaunti ang lemon zest
- 10 gm Agar agar

MGA TAGUBILIN:
a) Ibabad ang agar agar sa tubig sa loob ng 15-20mins.
b) Kumuha ng gatas sa isang sauce pan, magdagdag ng cream, asukal, ihalo at pakuluan sa kumulo.
c) Magdagdag ng luya at lemon zest, pakuluan ng ilang minuto.
d) Takpan at patayin. Hayaang magpahinga ng 20 minuto.
e) Ngayon pilitin ang timpla.
f) Ilagay muli sa kasirola at lutuin sa kumulo.
g) Samantala, ilagay ang babad na agar agar na may tubig sa isang kawali at lutuin hanggang sa matunaw ang agar agar. Idagdag ito sa pinaghalong nasa itaas.
h) Lutuin hanggang mahalo ang lahat. I-off at idagdag ang rose essence. Paghaluin. Cool ng kaunti.
i) Kumuha ng anumang amag at dahan-dahang ibuhos ang panna cotta mixture.
j) Panatilihin sa refrigerator hanggang sa set.
k) I-demoul at ihain kasama ng anumang sarsa o syrup. Dito ako nagserve with strawberry sauce.

BOOZY PANNA COTTA

87. Champagne panna cotta sa maliliit na tasa na nilagyan ng mga berry

Gumagawa: 16 na baso

MGA INGREDIENTS:
VANILLA PANNA COTTA
- 1 ¼ tasa kalahati at kalahati
- 1 ¾ tasa ng mabigat na cream
- 2 kutsarita ng gulaman na walang lasa
- 45 gramo ng butil na asukal
- Kurot ng asin
- 1 ½ kutsarita vanilla extract

SPARKLING WINE JELLY
- 2 tasang Champagne, Prosecco o sparkling na alak
- 2 kutsarita ng gulaman
- 4 kutsarita ng butil na asukal

MGA TAGUBILIN
VANILLA PANNA COTTA

a) Ilagay ang 2 kutsara ng kalahati at kalahati sa isang maliit na tasa at iwisik ang gulaman sa itaas nang pantay-pantay upang mamukadkad.
b) Ilagay ang natitirang gatas, asukal at asin sa isang sauce pan sa mahinang apoy ngunit huwag hayaang kumulo. Kung nangyari ito, agad na alisin ito mula sa init. Panatilihin ang palaging pagbabantay dahil maaari itong kumulo nang napakabilis.
c) Haluin hanggang ang asukal ay ganap na matunaw.
d) Idagdag ang cream at ihalo hanggang sa ganap na maisama.
e) Ihalo ang namumulaklak na gulaman. Huwag hayaang kumulo.
f) Alisin ang init.
g) Magdagdag ng vanilla extract.
h) Malumanay na haluin hanggang ang timpla ay umabot sa temperatura ng silid.
i) Ibuhos ang timpla sa shot glass o matataas na flute glass. Bago ibuhos sa bawat bagong baso, dahan-dahang haluin ang timpla upang maiwasang maghiwalay.

j) Ilagay sa isang air tight container sa refrigerator upang itakda bago magdagdag ng champagne jelly sa itaas. Humigit-kumulang 2-4 na oras.

SPARKLING WINE JELLY

k) Maglagay ng 2 kutsara ng sparkling wine sa isang tasa, iwisik ang gelatin sa ibabaw upang mamukadkad.
l) Ilagay ang asukal at Prosecco sa isang maliit na kawali at init sa mahinang apoy.
m) Kapag natunaw na ang asukal, idagdag ang namumulaklak na gulaman habang hinahalo. Huwag hayaang kumulo.
n) Sa sandaling lumamig ito sa temperatura ng silid. Ibuhos sa ibabaw ng set ng panna cotta. Dahan-dahang haluin ang timpla bago ibuhos sa bawat baso.
o) Kapag naayos na ang halaya, kaagad bago ihain, dahan-dahang ilagay ang ilang mga berry na gusto mo sa itaas. Punan ang natitirang baso ng champagne. Paikutin ang baso sa paligid upang lumabas ang katas ng mga berry. Magkakaroon na ngayon ng tatlong magkakaibang layer ng kulay ang flute glass.

88. Bourbon Poached Pear Panna Cotta

Gumagawa: 4 Servings

MGA INGREDIENTS:
PANNA COTTA
- 1 pakete na walang lasa ng gulaman
- 3 kutsarang malamig na tubig
- 3 tasang mabigat na cream
- Kurot ng asin
- 2 kutsarang maple syrup
- ½ tasang asukal
- 1 kutsarita vanilla extract
- 8 oz. creme fraiche

SINUSUW NA BOURBON PEARS AT GLAZE
- 3 bahagyang hindi hinog na peras, ubod at gupitin sa apat na bahagi
- 1 tasang tubig
- ¼ tasang pulot
- Juice mula sa 1/4 isang lemon
- pakurot ng asin sa dagat
- 1 tasa ng bourbon

MGA TAGUBILIN
PANNA COTTA:
a) Pullout 4 custard cups, ramekin o katulad na laki ng baso. Ilagay ang mga ramekin sa isang 9 x 13inch baking dish o sa isang rimmed baking sheet at itabi. Ginagawa nito: mas madaling ilagay ang mga ito sa refrigerator.
b) Sa isang maliit na ulam, paghaluin ang gelatin at malamig na tubig. Itabi upang hayaang "mamulaklak" ang gulaman sa loob ng mga 5 minuto.
c) Samantala, magdagdag ng mabigat na cream, pakurot ng asin, maple syrup, at asukal sa isang katamtamang kasirola. Painitin ang pinaghalong hanggang sa kumulo lamang. Alisin mula sa init, pukawin ang vanilla at gelatin at ihalo hanggang sa ganap na matunaw. Hayaang lumamig ang pinaghalong 10 minuto.

d) Ilagay ang creme fraiche sa isang malaking mixing bowl. Dahan-dahang haluin ang pinaghalong cream, paunti-unti, hanggang makinis. Hatiin nang pantay-pantay ang timpla sa pagitan ng mga ramekin.

BOURBON POACHED PEARS:

e) Ilagay ang peras, tubig, pulot, lemon juice at bourbon sa isang maliit na sauce pan. Dalhin sa isang kumulo at lutuin sa mababang init hanggang ang mga peras ay malambot; haluin paminsan-minsan para walang dumikit o masunog sa ilalim. Ang mga peras ay malamang na kailangan sa pagitan ng 35-45 minuto upang maayos na mag-poach. Upang suriin ang iyong mga peras, magpasok ng isang palito sa peras, dapat itong madaling pumasok.

f) Alisin mula sa init at hayaang lumamig ang pinaghalong mga 15 minuto.

g) Suriin ang iyong panna cotta upang matiyak na matibay ito, kung hindi ay lulubog ang mga peras sa halip na lumikha ng mga layer. Kung ang timpla ay matatag sa pagpindot, ilagay ang mga peras sa pinalamig na panna cotta sa hugis ng pamaypay at pagkatapos ay sandok ang natitirang poaching liquid sa ibabaw, sapat na ang mga peras ay lumalabas pa rin. Palamigin ng 4 o hanggang 24 na oras. Enjoy!!

89. Boozy Eggnog Panna Cotta

Gumagawa: 6

MGA INGREDIENTS:
- 4 na tasa na binili sa tindahan na puno ng taba na eggnog
- ¼ tasa ng liqueur
- 3 ½ kutsarita na may pulbos na gelatine
- Shortbread cookies, double cream at nutmeg

MGA TAGUBILIN
a) Ibuhos ang eggnog sa isang kasirola, pagkatapos ay idagdag ang liqueur at haluing mabuti. Iwiwisik ang gelatine nang pantay-pantay sa ibabaw at iwanan ito ng 5 minuto upang mamukadkad.
b) Init sa mahinang apoy, patuloy na pagpapakilos sa loob ng 2-3 minuto hanggang sa matunaw ang gelatine. Huwag hayaang kumulo o kumulo.
c) Ibuhos ang timpla sa mga eleganteng baso at hayaang ilagay sa refrigerator sa loob ng 4 na oras.
d) Ibabaw sa iyong mga toppings at ihain

90. Panna Cotta ni Bailey

Gumagawa: 4 na servings

MGA INGREDIENTS:
- 1 tasang full-fat milk
- 1 tasa double cream
- ½ tasa Baileys Irish Cream Liqueur
- ½ tasa ng caster sugar
- 1 kutsarang gadgad na tsokolate para palamuti
- 1 sachet ng gelatine

MGA TAGUBILIN

a) Ibuhos ang cream at gatas sa isang pan set sa katamtamang apoy at dalhin ito sa pigsa.
b) Idagdag ang asukal at haluin ng mabuti para matunaw ito, pagkatapos ay ibuhos ang Baileys at ihalo muli.
c) Budburan ang gelatine, at haluin ng mabuti upang tuluyang matunaw.
d) Hatiin ang timpla sa pagitan ng 4 na serving cup, at palamigin nang hindi bababa sa 6 na oras, perpektong magdamag upang itakda.
e) Palamutihan ng gadgad na tsokolate - opsyonal.

91. Coconut Panna Cotta na May Malibu Rum

MGA INGREDIENTS:
- 400ml lata ng gata ng niyog
- 1 ½ kutsarita ng gelatin powder
- 45 ml Malibu Rum Liqueur
- 2 kutsarang pulot
- Mga berry

MGA TAGUBILIN

a) Dahan-dahang painitin ang kalahati ng gata ng niyog sa isang maliit na kawali hanggang sa mainit, ngunit hindi kumukulo.
b) Idagdag ang gelatin at haluin upang matunaw.
c) Alisin ang init.
d) Idagdag ang natitirang gata ng niyog at ihalo ang pulot.
e) Hayaang lumamig nang kaunti ang timpla at pagkatapos ay idagdag ang Malibu Rum Liqueur.
f) Ibuhos sa ramekin o baso at itaas na may mga berry.
g) Palamigin hanggang itakda.

92. Pina Colada Panna Cotta with Lime and Pineapple

Gumagawa: 4

MGA INGREDIENTS:
PARA SA PANNA COTTA
- 400 g creme fraiche
- 150 ML gata ng niyog
- 100 g asukal
- 3 dahon na walang lasa gelatine

PARA SA PINEAPPLE SALSA
- 1 hinog na pinya
- 50 g asukal
- 30 ML malibu rum
- 25 g toasted coconut flakes
- 1 kalamansi
- 1 kutsarang dahon ng mint

MGA TAGUBILIN
PARA SA PANNA COTTA

a) Ilagay ang gelatin sa isang mangkok na may malamig na tubig at iwanan ng 5-10 minuto upang lumambot.
b) Ang mga gelatin sheet ay inilubog sa isang mangkok ng tubig
c) Samantala sa isang medium sauce pan pagsamahin ang creme fraiche, gata ng niyog at asukal at pakuluan sa medium heat.
d) Creme fraiche, gata ng niyog at asukal sa isang palayok na may whisk sa loob nito
e) Alisin mula sa apoy at ihalo ang pinatuyo na gulaman. Haluing mabuti upang matiyak na ang gulaman ay ganap na natunaw. Salain sa pamamagitan ng isang pinong salaan.
f) Ang pinatuyo na gelatin ay idinaragdag sa mainit na panna cotta mix
g) Ibuhos ang halo sa 4 na indibidwal na baso ng paghahatid at ilagay sa refrigerator nang hindi bababa sa 2 oras.
h) Ang panna cotta mix ay ibinubuhos sa mga baso ng dessert upang itakda

PARA SA PINEAPPLE SALSA

i) Balatan ang pinya at gupitin sa pantay na dices.
j) Pagtatadtad at paghiwa ng balat ng pinya
k) Sa isang malaking kawali idagdag ang mga pineapples, asukal at rum at pakuluan sa katamtamang init. Magluto ng 2 minuto at itabi sa isang mangkok.
l) Idinagdag ang asukal sa diced na pinya sa isang kawali sa apoy
m) Grate ang zest ng 1 kalamansi sa ibabaw ng pinya at haluing mabuti. Iwanan upang lumamig sa temperatura ng kuwarto at pagkatapos ay tapusin sa pamamagitan ng pagdaragdag ng mint cut sa pinong guhitan.
n) Grating lime zest sa nilutong pineapple dices
o) Kapag naayos na ang panna cotta idagdag ang pineapple salsa sa itaas
p) Pagdaragdag ng pinya sa ibabaw ng set ng panna cotta sa isang desert glass
q) Palamutihan ng toasted coconut flakes at mint leaves para matapos ito.

93. Cognac Panna cotta

Gumagawa: 4 Servings

MGA INGREDIENTS:
- 2 tasang Cream
- 9 onsa ng Asukal
- 3 kurot ng Gelatin
- 1 kurot Vanilla beans
- 8 kutsarang Tubig
- ½ tasa ng Cognac
- Paminta

PARA SA KARAMEL:

a) Kumuha ng 7 ounces na asukal na may tubig sa isang kawali, dalhin ito ng dahan-dahan upang pakuluan hindi tulad ng karamelo na matingkad na kayumanggi.
b) Ikalat ang karamelo sa mga form.

PANNA COTTA:

c) Kunin ang gelatin sa malamig na tubig. Paghaluin ang Cream, asukal at ang vanilla bean, pakuluan.
d) Pakuluan ito ng hindi bababa sa 5 minuto sa mahinang apoy.
e) Ilabas ang vanilla, idagdag ang Cognac at gelatin. Haluing mabuti. Ikalat ito sa mga inihandang form.
f) Ilagay sa isang lalagyan ng imbakan at palamig sa temperatura ng silid bago palamigin. Hindi bababa sa 2 oras.

94. Coconut Panna Cotta na may Blackberry, Thyme at Sloe Gin

Gumagawa: 6-8 servings

MGA INGREDIENTS:
PARA SA PANNA COTTA
- 3 tasang coconut cream
- 1/2 tasa ng pulot
- 1 kutsarang lemon juice
- 1/2 pulgadang vanilla bean, hatiin
- 2 kutsarang mainit na tubig
- 1 kutsarang unsweetened powdered gelatin

PARA SA BLACKBERRY, THYME, AT SLOE GIN COMPOTE
- 1 tasang blackberry
- 1 kutsarang lemon juice
- 1/4 kutsarita ng tinadtad na thyme
- 2 kutsarang asukal
- 1 kutsarang sloe gin
- 1 1/2 kutsarita ng gawgaw

MGA TAGUBILIN
PARA SA PANNA COTTA

a) Sa isang malaking garapon na may sealable na tuktok, pagsamahin ang coconut cream, honey, at lemon juice at haluin upang pagsamahin. Isara ang garapon at hayaang umupo ng 8 oras o magdamag.

b) Sa susunod na araw, painitin ang pinaghalong coconut cream na may vanilla bean sa katamtamang init, madalas na hinahalo hanggang sa uminit. Wala sa init.

c) Pagsamahin ang mainit na tubig sa gelatin sa isang maliit na mangkok at pukawin hanggang sa matunaw ang gulaman. Idagdag ito sa warmed coconut cream, haluing mabuti.

d) Hatiin sa mga ramekin at hayaang lumamig sa temperatura ng kuwarto. Ilipat sa refrigerator upang matibay, hindi bababa sa ilang oras.

PARA SA BLACKBERRY, THYME, AT SLOE GIN COMPOTE

e) Pagsamahin ang mga blackberry, lemon, thyme, at asukal sa isang maliit na kasirola sa katamtamang mababang init at patuloy na pukawin hanggang sa matunaw ang asukal. Hayaang kumulo ang halo hanggang sa malambot ang mga berry at magsimulang masira, mga 7 minuto.
f) Samantala, pagsamahin ang cornstarch at ang sloe gin sa isang maliit na mangkok at haluin hanggang sa matunaw ang cornstarch. Kapag malambot na ang mga berry, idagdag ang pinaghalong sloe gin, madalas na pagpapakilos, patuloy na kumulo sa mahinang apoy sa loob ng ilang minuto hanggang sa bahagyang lumapot ang sarsa.

a) Ihain ang mainit o temperatura ng silid sa ibabaw ng panna cotta!

95. Peach Vanilla Bean Panna Cotta na may Rum Whipped Cream

Gumagawa: 4

MGA INGREDIENTS:
PARA SA PEACH PANNA COTTA LAYER
- 3 katamtamang mga milokoton tinadtad
- ¼ tasa + 3 tbsp buong gatas
- ½ tbsp gelatin humigit-kumulang 1 pack na hinati sa kalahati
- ¾ tasa ng mabibigat na cream
- 2 tbsp granulated sugar
- isang kurot ng asin

PARA SA VANILLA BEAN PANNA COTTA LAYER
- 1 tsp vanilla bean paste o 1 vanilla bean pod na nasimot
- ¼ tasa ng buong gatas
- ½ kutsarang gulaman
- ½ tasa ng mabigat na cream
- 1 kutsarang brown sugar
- 3 kutsarang butil na asukal
- isang kurot ng asin

RUM WHIPPED CREAM
- ⅓ tasa ng mabibigat na cream
- 2-3 tbsp puting rum walang karagdagang pampalasa

MGA TAGUBILIN
PARA SA PEACH PANNA COTTA LAYER
a) Pure ang tinadtad na mga milokoton sa blender hanggang sa isang smoothie-like consistency. Salain sa pamamagitan ng isang pinong salaan at itapon ang anumang pulp. Hatiin ang isang ⅓ tasa sa isang garapon at palamigin sa refrigerator hanggang handa nang buuin. Dapat mayroong hindi bababa sa 300ml peach purée na natitira.
b) Sa isang maliit na tasa ng pagsukat na puno ng gatas, pamumulaklak ang gulaman sa pamamagitan ng pagwiwisik ng gulaman sa gatas. Huwag ihalo at itabi ng 5 minuto.
c) Sa isang medium na kasirola, dalhin ang mabigat na cream, asukal at asin sa isang kumulo. Haluin paminsan-minsan

hanggang sa matunaw ang asukal. Huwag hayaang kumulo ang timpla. Kapag kumulo na, alisin sa apoy at haluin ang gelatin/milk mixture hanggang sa tuluyang matunaw ang gulaman at maging makinis ang timpla. Ihalo ang peach purée, pagkatapos ay hatiin at ibuhos sa mga serving cup. Takpan at palamigin nang hindi bababa sa 2 oras o hanggang sa mailagay ang tuktok at bahagyang gumalaw.

d) para sa vanilla bean panna cotta layer
e) Pamumulaklak ang gelatin at pakuluan ang mabigat na cream, brown sugar, granulated sugar, at asin. Kapag kumulo na, alisin sa apoy at haluin ang gelatin/milk mixture at ang vanilla bean.
f) Tiyaking naitakda ang nakaraang layer sa pamamagitan ng bahagyang pagtapik sa mga tuktok o pag-jiggling sa serving cup para tingnan. Kapag nasuri, ibuhos ang vanilla bean layer sa ibabaw ng peach layer. Takpan at palamigin ng isa pang 3 oras o hanggang sa ganap na ma-set.

PARA SA RUM WHIPPED CREAM

g) Gamit ang isang hand-mixer, talunin ang whipped cream at rum hanggang sa mabuo ang medium peak.

PARA MAGTITIPON

h) Bahagyang painitin ang nakareserbang peach puree sa pamamagitan ng pagbabad sa garapon sa isang mangkok ng mainit na tubig. Pukawin ang katas hanggang sa ito ay maibuhos na pare-pareho, pagkatapos ay ibuhos ang isang manipis na layer sa ibabaw ng set na panna cottas, magdagdag ng isang piraso ng rum whipped cream, at palamutihan ng mga hiwa ng peach.
i) Enjoy agad!

96. Lime Infused Berry Panna Cotta na may berries at fizz

Gumagawa: 3

MGA INGREDIENTS:
- Lime Infused Panna Cotta
- 450 g cream {Amul, 20% fat}
- 40 g ng asukal
- Sarap ng 1/2 kalamansi
- 2 tsp gulaman
- 1 tasa ng mga berry
- 500 ML ng champagne
- 200 g halo-halong sariwang berry
- Ilang sprigs sariwang mint nakakain bulaklak

MGA TAGUBILIN

a) Painitin ang 400g cream na may asukal hanggang sa matunaw ang asukal. Idagdag sa lime zest at matarik ng halos isang oras.

b) Pamumulaklak ang gelatin sa natitirang 50ml na cream sa loob ng 5 minuto, hanggang malambot.

c) Painitin muli ang cream sa isang hubad na kumulo, alisin ang apoy.

d) Haluin ang namumulaklak na gulaman. Kapag mahusay na pinaghalo, salain at hatiin sa mga serving glass. Iwanan upang ilagay sa refrigerator sa loob ng 4-5 na oras.

e) Kapag naitakda na, itaas ang panna cotta na may mga sariwang berry at isang sprig ng mint bawat isa.

f) Ibuhos ang fizz at ihain kaagad.

97. Earl Grey Panna Cotta

Gumagawa: 4 na servings

MGA INGREDIENTS:
- 2 kutsarita ng Gelatine Powder
- 2 kutsarang Tubig
- 1 tasang Gatas
- 1/4 tasa ng Caster Sugar
- 2 Earl Grey Tea Bag
- 1 tasang Thickened Cream
- Earl Grey Tea Syrup

EARL GREY TEA SYRUP
- 1/3 tasa ng Tubig
- 1/3 tasa ng Caster Sugar
- 1 Earl Grey Tea Bag
- 1 kutsarita Whisky *opsyonal

MGA TAGUBILIN:
a) Budburan ang Gelatine Powder sa Tubig sa isang maliit na mangkok at ibabad ng 5-10 minuto.
b) Init ang Gatas at Asukal sa isang kasirola sa katamtamang init, haluin, at pakuluan. Alisin mula sa init.
c) Magdagdag ng babad na Gelatine, haluing mabuti hanggang matunaw ang gelatin, pagkatapos ay painitin ng kaunti ang timpla, ngunit huwag pakuluan. Magdagdag ng Earl Grey Tea Bags at itabi hanggang lumamig. Ang halo ay hindi magpapalapot sa temperatura ng silid.
d) Pisilin ang mga bag ng tsaa at itapon ang mga ito. Magdagdag ng Cream at ihalo upang pagsamahin. Ibuhos ang timpla sa mga serving glass. Ilagay ang mga ito sa refrigerator at iwanan upang itakda.
e) Upang gumawa ng Earl Grey Tea Syrup, ilagay ang Tubig sa isang maliit na kasirola, pakuluan, ilagay ang Asukal, haluin, at ibalik sa pigsa. Alisin mula sa init, magdagdag ng Tea Bag, at itabi upang palamig. Itapon ang mga Tea Bag. Kapag sapat na ang lamig, iwanan ito sa refrigerator upang palamig.
f) Ihain ang Panna Cotta na may Earl Grey Tea Syrup. Maaari kang magdagdag ng kaunting Whisky sa syrup kung gusto mo ito.

98. Azuki Panna Cotta

Gumagawa: 4 hanggang 6 na servings

MGA INGREDIENTS:
- 2 kutsarita ng Gelatine Powder
- 2 kutsarang Tubig
- 1 tasang Gatas
- 1-3 kutsarang Caster Sugar
- 1 kutsarang Rum
- 1 tasang Cream
- 2/3 tasa ng Sweet Azuki Paste

MGA TAGUBILIN:

a) Budburan ang Gelatine Powder sa Tubig sa isang maliit na mangkok at ibabad ng 5-10 minuto.

b) Ilagay ang Gatas, Asukal at Rum sa isang kasirola, at init sa katamtamang apoy, pagpapakilos, at pakuluan. Alisan sa init.

c) Magdagdag ng babad na Gelatine, haluing mabuti hanggang matunaw ang gelatine. Magdagdag ng Cream at Sweet Azuki Paste, at ihalo upang pagsamahin nang husto.

d) Ibuhos ang pinaghalong sa serving glasses o jelly molds, ilagay ang Azuki beans nang pantay-pantay. Iwanan ang mga ito sa refrigerator hanggang sa itakda.

99. Pumpkin Rum Panna Cotta

Gumagawa: 4 na servings

MGA INGREDIENTS:
- 2 kutsarita ng Gelatine
- 2-3 kutsarang Tubig
- 1 tasang Gatas
- 1/4 tasa ng Caster Sugar
- 1 kutsarang Rum
- 1 tasang pureed Cooked Pumpkin, makinis na pureed O pinaghalo
- 1/2 tasa ng Cream
- Maple Syrup, Muscovado Syrup, Caramel Sauce, atbp.

MGA TAGUBILIN:
a) Budburan ang Gelatine Powder sa Tubig sa isang maliit na mangkok at ibabad ng 5-10 minuto.
b) Ilagay ang Gatas, Asukal at Rum sa isang kasirola, at init sa katamtamang apoy, pagpapakilos, at pakuluan. Alisan sa init.
c) Magdagdag ng babad na Gelatine, haluing mabuti hanggang matunaw ang gelatine. Magdagdag ng Cream at makinis na pureed Pumpkin, at ihalo upang pagsamahin.
d) Ibuhos ang pinaghalong sa serving glasses o jelly molds. Ilagay ang mga ito sa refrigerator at iwanan upang itakda.
e) Ihain kasama ng Maple Syrup, Muscovado Syrup, O sauce na gusto mo.

100. Black Sesame Panna Cotta

Gumagawa: 4 na servings

MGA INGREDIENTS:
- 2 tasang Gatas at Cream
- 4 na kutsarang Asukal
- 3-4 na kutsarang Toasted Black Sesame Seeds, giniling
- 1 kutsarang Corn Starch O Potato Starch
- 2 kutsarita (6 hanggang 8g) Gelatine Powder
- 2 kutsarang Tubig
- 1-2 kutsarita ng Rum o Brandy
- 1/2 kutsarita Vanilla Extract

MGA TAGUBILIN:

a) Iwiwisik ang Gelatine Powder sa Tubig sa isang maliit na mangkok at ibabad.

b) Mag-toast ng 3 hanggang 4 na kutsarang Black Sesame Seeds gamit ang isang kasirola sa loob ng ilang minuto o hanggang mabango. Ilagay ang toasted Sesame Seeds sa Japanese mortar, food grinder o maliit na food processor at gilingin upang maging paste.

c) Magdagdag ng Gatas sa Sesame Paste at iproseso muli. Maaaring naisin mong salain ang pinaghalong upang alisin ang mga hull.

d) Ilagay ang Milk & Sesame Seeds mixture, Cream, Sugar at Starch sa isang kasirola sa mahinang apoy, haluin hanggang matunaw ang Asukal at lumapot ang timpla. Alisan sa init.

e) Magdagdag ng babad na Gelatine at haluing mabuti hanggang sa matunaw ang gelatine. Magdagdag ng Rum o Brandy at Vanilla Extract, ihalo nang mabuti. Itabi upang bahagyang lumamig.

f) Kapag ang timpla ay sapat na malamig, ibuhos sa mga baso. Ilagay ang mga ito sa refrigerator at iwanan upang itakda.

g) Kung gusto mo ng mas maraming linga, gumawa ng topping paste sa pamamagitan ng paghahalo ng Sesame Seeds Paste at Icing Sugar. Ang whipped cream ay magiging maganda din para sa topping.

h) Bersyon na walang Gelatine: Magdagdag ng 1/2 tasa ng Black Chia Seeds sa halip na Gelatine at haluing mabuti. Ibuhos sa baso. Ilagay ang mga ito sa refrigerator at iwanan upang itakda.

KONGKLUSYON

Ang Panna Cotta ay isang sikat na Italian dessert na inihahain sa mga restaurant at hotel sa Italy. Nagkamit na ito ngayon ng katanyagan sa buong mundo at isa itong paboritong dessert para sa marami. Ang salitang Panna Cotta ay isinalin sa 'lutong cream'. Tulad ng iminumungkahi ng pagsasalin, ang dessert ay binubuo ng cream na pinatamis at pinalapot ng gulaman. Ang halo ay ilalagay sa isang amag at ihain nang malamig sa susunod na araw. Kadalasan, ang cream ay may lasa ng vanilla, kape, at iba pang lasa.

www.ingramcontent.com/pod-product-compliance
Lightning Source LLC
Chambersburg PA
CBHW071306110526
44591CB00010B/799